கேட்ட வரம் அருளும்

அத்திவரதர்

தொல்லியல் மாமணி

புலவர் சி.எஸ்.முருகேசன்

எம்.ஏ., பிஎச்.டி.,

சங்கர் பதிப்பகம்

15 / 21, டீச்சர்ஸ் கில்டு காலனி, 2-வது தெரு,
இராஜாஜி நகர் விரிவு,
வில்லிவாக்கம், சென்னை - 600 049.
தொலைபேசி: 044-26502086, 9444191256
email: shankar_pathippagam@yahoo.com
wef: www shankarpathippagam.in & www bookthagam.com

நூல் விவரப் பட்டியல்

நூலின் பெயர்
கேட்ட வரம் அருளும் **அத்திவரதர்**

உரிமை
பதிப்பகத்தார்க்கு

நூலாசிரியர்
புலவர் சி.எஸ்.முருகேசன் எம்.ஏ., பிஎச்.டி.,

நூல் அளவு
டெம்மி

பதிப்பு ஆண்டு
முதல் பதிப்பு - 2019

பக்கங்கள்
96

விலை
ரூ.100/-

ISPN NO: 978-93-87655-66-9

வெளியீடு
சங்கர் பதிப்பகம்
15/21, டீச்சர்ஸ் கில்டு காலனி,
2-வது தெரு, இராஜாஜி நகர் விரிவு,
வில்லிவாக்கம், சென்னை - 600 049.
தொலைபேசி: 044 - 2650 2086

வடிவமைப்பு & மேலட்டை
பழனி & லதா, வில்லிவாக்கம்.

அச்சிட்டோர்
எம்.கே.கிராபிக்ஸ், சென்னை - 600 021.
தொலைபேசி : 98408 28213

பொருளடக்கம்

உங்களுடன் ஒரு நிமிடம்

வரதர் வரப்போகிறார். காஞ்சி நகரரெங்கும் ஒரே பரபரப்பு. கடந்த நாற்பது வருடங்களாக யாருக்கும் தெரியாமல் நீரினுள் மூழ்கி இருந்த அத்தி வரதர் இந்த வருடம் ஜுலை 2019 இல் வெளிப்பட்டு எல்லோருக்கும் காட்சி கொடுக்கப் போகிறார். தமிழகமெங்கும் நாடெங்கும் ஏன் வெளிநாடுகளில் கூட இந்தப் பரபரப்பு தொற்றிக் கொள்கிறது.

செய்தி கேள்விப்பட்ட உடனே அந்த அதிசய வரதரைக் காணும் பயணத்திற்கு எல்லோரும் ஏற்பாடுகளைச் செய்யத் தொடங்கி விட்டார்கள்.

சென்றமுறை 1979 இல் தகவல் தொடர்பு சாதனங்களின் வளர்ச்சி அவ்வளவாக இல்லாததால் இந்த வைபவம் பற்றி மக்களுக்கு அதிகமாகத் தெரியவில்லை. ஆனால் இப்பொழுது 2019 இல் அப்படியில்லை, அத்தி வரதரின் வருகை குறித்து மக்களிடம் ஒருவித பரபரப்பு இருக்கத்தான் செய்தது.

சென்ற 40 வருடங்களுக்கு முன் வரதரின் தரிசனம் குறித்த விபரம் அவ்வளவாகத் தெரியாது, அதனால் யாரும் அதில் ஆர்வம் காட்டவில்லை. ஆனால் வரதரின் தரிசனத்தை இப்போது தவறவிட்டால், அவரை மறுபடியும் தரிசிக்க இன்னும் 40 வருடங்கள் காத்திருக்க வேண்டும் என்று ஊடகங்கள் காட்டிய பரபரப்பு மக்களை யோசிக்க வைத்தது.

மனிதர்கள் வாழும் வாழ்க்கையில் இன்னும் 40 ஆண்டுகள் கழித்து வரதரின்

அடுத்த தரிசனத்தைக் காண்பது என்பது உத்தரவாதமில்லை என்பது எல்லோருக்கும் புரிந்தது. இந்தமுறையே அவரை அவசியம் தரிசித்து விடவேண்டும் என்று காஞ்சியை நோக்கிப் புறப்பட்டு விட்டனர்.

அந்தப் புறப்பாட்டில் வரதரைக் காண குடியரசுத் தலைவர் வருகிறார், ஆளுநர் வருகிறார், முதல்வர் வருகிறார், துணை முதல்வர் வருகிறார், அண்டை மாநில ஆளுநர் மற்றும் முதல்வர்களும் வருகிறார்கள். ஆட்சியாளர்கள் தரிசித்த அந்த வரதரைத் தாங்களும் தரிசிக்க வேண்டும் என்று அனைத்து மக்களும் தரிசிக்கக் கிளம்பி விட்டனர்.

சென்றமுறை வரதரின் தரிசனத்தைத் தவறவிட்ட எனக்கு, இந்த முறை மீண்டும் ஒரு வாய்ப்பு. எப்பொழுது காஞ்சிபுரம் கிளம்பலாம் என்று எதிர்பார்த்திருந்த வேளையில், என் மைத்துனர் தன் மகளுக்கு முகூர்த்தப் புடவை எடுப்பதற்கு காஞ் சிபுரம் செல்வதாகக் கூறி, துணைக்கு என் குடும்பத்தாரையும் அழைத்தார்.

வரதர் அழைக்கிறாரோ?

காஞ்சிபுரம் சென்றோம். அந்தப் பரபரப்பிலும் வந்த வேலை சீக்கிரமாக முடிந்து விட்டது. புடவையை, அதுவும் கல்யாணப் புடவையை தாய்க்குலங்கள் அத்தனை சீக்கிரமாய்த் தேர்ந்தெடுத்து வாங்கியது ஆச்சரியமான ஆச்சரியம்தான்!

வந்த வேலை முடிந்துவிட்டது, வரதரைத் தரிசிக்கப் போகலாமா! என்று மைத்துனர் அழைத்தபோது, தயக்கமாகத்தான் இருந்தது.

இருந்தாலும் கோயிலுக்குக் கிளம்பி விட்டோம். கோயிலில் வரதரைத் தரிசிக்க நின்று கொண்டிருந்த கூட்டத்தைக் கண்ட எனக்கு வேளையோடு ஊர் திரும்ப முடியுமா? என்பதும் சந்தேகமாகத்தான் இருந்தது.

எல்லோரும் தயங்கி நின்ற வேளையில். வரிசையை நோக்கிச் சென்ற ஒருவர் "வெளியே நின்று யோசித்துக் கொண்டிருக்கும் நேரத்தில் வரிசையில் வந்து நில்லுங்கள்.... சிக்கிரமாகவே சுவாமியைத் தரிசித்து விடலாம்" என்றார்.

வரதர்தான் தைரியம் சொல்லி அழைக்கிறாரோ?

கிழக்குக் கோபுர வாயில் வழியே உள்ளே நுழைந்து வரிசையில் நின்றோம். கூட்டம் சீராகவே இருந்தது. அடுத்து வந்த நாட்களில் பக்தர்களின் எண்ணிக்கையை ஒப்பிடும்போது அன்று கூட்டம் குறைவாக இருந்தது.

வரிசை ரயிலாய் நகர்ந்தது.

நான் எதிர்பாராத பயணம்; எதிர்பார்த்த தரிசனம்.

இதில் இன்னும் ஓர் ஆச்சரியம் என்னவென்றால் நாங்கள் தரிசனம் பார்க்கப் போன வேளையில் பக்தர்களின் கூட்டமும் குறைவாக இருந்ததுதான். நேரமறிந்து அழைத்து வந்த என் மைத்துனருக்கு ஒரு நன்றியைத் தெரிவித்துக் கொண்டேன்.

நிம்மதியான, ஆனந்தமான, அற்புதமான பெருமாள் தரிசனம்.

நின்று நிதானித்து வரதரின் அழகை ரசித்த நேரத்தில் வரத்தைக் கேட்க மறந்து விட்டேன். அதனாலென்ன 'நினைத்த வரத்தை நாம் கேட்காமலேயே நமக்கு அருளுபவர் இந்த வரதர்" என்று கேள்விப்பட்டிருந்ததனால் அது குறித்து கவலைப்படவில்லை. எப்படியோ பெருமாளை ஆசை தீரப் பார்த்தாகிவிட்டது.

அத்தி வரதர் எவ்வளவு அழகாக இருக்கிறார். பார்த்துக் கொண்டே இருக்க வேண்டும் போல் தோன்றுகிறது.

"வரதனின் கண்கள் தாமரை மலர்களைப் போன்றவை என்று கவிஞர்கள் வர்ணிப்பார்கள். அது ஏமாற்று வேலை, அத்தி வரதனின் கண்கள் வேதங்களாலும் வர்ணிக்க முடியாதவை.

மானின் கண்களைப் போன்ற விழிகளைக் கொண்ட வரதனின் அழகைக் கண்டு தானும் அதுபோன்ற முகப் பிம்பத்தைப் பெற்றுவிடலாம் என்று எண்ணுகிறான் சந்திரன். அது முட்டாள் தனமானது" என்று வரதராஜ ஸ்தவம் என்ற நூலில் தீட்சிதர் சொன்னது எவ்வளவு நிஜம் என்பது வரதரின் முகத்தைத் தரிசித்தவர்களுக்குப் புரியும்.

வரதரின் அருள் முகத்தைத் தரிசித்து, மெய்மறந்து நின்ற வேளையில், பின்னால் காவலரின் 'நகர்ந்து செல்லுமாறு' அவசரப்படுத்தும் குரல்.

இவ்வளவு நேரம் நின்று, நிதானித்து பார்த்த அந்தத் தரிசனத்தின் அருமை, அடுத்தடுத்த நாட்களில் அங்கு குவிந்த பக்தர்களின் நெரிசலான கூட்டத்தைப் பார்த்த பிறகுதான் புரிந்தது.

எப்படியிருந்தாலும் ஆயுள்காலத்தில் ஒரு முறையோ, கொடுப்பினை இருந்தால் இரண்டாவது முறையோ மட்டும்தான் இந்தப் பெருமாளைத் தரிசிக்க முடியும் என்கிறார்கள். முதல்முறை தரிசனத்துக்கு அருள் செய்த பெருமாள் அடுத்த முறையும் கருணை காட்டுவார் என்ற நம்பிக்கையுடன் திரும்புகிறேன்.

'வாருங்கள் வாழ்க்கையில் ஒருமுறை யேனும் வரதனைத் தரிசிப்போம்'. தரிசிப்பதற்கு முன் அவனது பெருமை களையும் இந்த நூலில் தெரிந்து கொண்டு புறப்படலாம்.

வரதரின் அழைப்பில், அவரின் தரிசனத்திற்கு அழைத்து வழிகாட்டிய மைத்துனர் ஆர். கல்யாணசுந்தரம் அவர்களுக்கும், வரதரின் தரிசன அனுபவங்களை வாசகர்களாகிய உங்களுடன் பகிர்ந்து கொள்ள வாய்ப்பளித்து, பதிப்பு செய்த பதிப்பாளர் ஆ. கோமதிநாயகம் அவர்களுக்கும் நூல் உருவாகத் தேவையான தகவல்களை அளித்த செய்தித்தாள்களுக்கும் இணைய தளங்களுக்கும் நன்றிகள் பல.

இந்த நிகழ்வுகளில் எல்லாமுமாய் இருந்து தரிசனம் நல்கி, அருள்புரிந்து ஆட்கொண்ட அத்தி வரதருக்கும் என்னுடைய நெஞ் சார்ந்த நன்றிகள்.

அன்புடன்

சி..எஸ்.முருகேசன்

அத்தி வரதர்

சங்கப் பாடல்

தேனோங்கு நீழற் திருவேங்கட மென்னும்
வானோங்கு சோலை மலையென்றும் தோனோங்குந்
தென்னரங்க மென்றுந் திருவத்தியூர் என்றுஞ்
சொன்னார்க்கு உண்டோ துயர்

பெருந்தேவனார்

108 திருப்பதி அந்தாதி

பொருளாசை மண்ணாசை பூங்குழலார் போகத்
திருளாசை சிந்தித் திராரேஅருளாளன்
கச்சித் திருப்பதியா மத்தியூர்க் கண்ணனற்றாள்
உச்சித் திருப்பதியா யென்று

பிள்ளைப் பெருமாள் ஐயங்கார்

அத்திவரதர்

1. காஞ்சிபுரம் வரதராஜப் பெருமாள் பெருமைகள்

வைணவப் பாரம்பரியத்தில் திருவரங்கம், திருவேங்கடம் ஆகிய தலங்களுக்கு முந்தைய புராணச் சிறப்பும் பழமையும் வாய்ந்தது காஞ்சிபுரம் வரதராஜப் பெருமாள் கோயில்.

காஞ்சியில் உள்ள வைணவத் திவ்ய தேசங்களுக்குத் தீபம் போலவும், தொண்டைநாட்டுத் திவ்விய தேசங்களுக்குத் திலகம் போலவும் இந்தக் காஞ்சிபுரம் போற்றப்படுகிறது.

ஆழ்வார்களால் மங்களாசாசனம் செய்யப்பட்ட நூற்றியெட்டு திவ்யத் திருத்தலங்களில் இது நாற்பத்து நாலாவது திருத்தலமாகும். வைணவத் திருத்தலங்களில் பெரிய கோயில் என்று திருவரங்கத்தையும், திருமலை என்று திருவேங்கடத்தையும், பெருமாள் கோயில் என்று காஞ்சிபுரம் வரதராஜப் பெருமாள் கோயிலையும் ஆழ்வார்கள் குறிப்பிடுகின்றனர்.

காஞ்சிபுரம் செங்கல்பட்டு சாலையில் காஞ்சி மாநகரத்தின் கிழக்கு மூலையில், காஞ்சிபுரம் பேருந்து நிலையத்திலிருந்து 5 கி.மீ. தொலைவில் அமைந்துள்ள இத்தலத்திற்கு நகரப் பேருந்துகளும், ஆட்டோக்களும் செல்கின்றன.

காஞ்சி வரதராஜப் பெருமாள் கோயில்

காஞ்சிபுரத்தில் வரதராஜப் பெருமாள் கோயில் என்பது வரதராஜப் பெருமாளை மூலவராகக் கொண்ட பெருமாள் கோயிலாகக் காணப்படவில்லை. அக்கோயிலின் மூலவர் பெயர் தேவராஜன். கோயிலின் உற்சவரான வரதராஜப் பெருமாளின் பெயராலேயே கோயிலின் பெயர் வரதராஜப் பெருமாள் கோயில் என்று அழைக்கப்படுகிறது.

பிரம்மா நடத்திய யாக முடிவில் பிரம்மாவிற்கு இத்தலத்தில் காட்சி கொடுத்தவர் வரதராஜ பெருமாளாகையால் அவரே இக்கோயிலின் பிரதான தெய்வமாக அருளாட்சி செய்கின்றார். பிரம்மா செய்த யாகத்திற்கு மகிழ்ந்து எம்பெருமான் வரம் தந்ததால் இவர் வரதராஜர் என அழைக்கப்படுகிறார்.

●●●

2. கோயில் அமைப்பு

கோபுரங்கள்

மேற்கு நோக்கிய வாயிலையுடைய ஸ்ரீ வரதராஜப் பெருமாள் கோயில் இரண்டு பெரிய ராஜகோபுரங்களையும், நான்கு சிறிய கோபுரங்களையும் நீண்ட நெடுமதிலையும் கொண்டுள்ளது.

ஒன்பது நிலைகளையுடைய கிருஷ்ணதேவராயர் கட்டிய கிழக்குக் கோபுரம் 180 அடி உயரமுடைய பெரிய கோபுரமாக விளங்குகிறது. பல்லவர் காலத்தில் கட்டியதாகக் கருதப்படும் ஏழு நிலைகளையுடைய மேற்குக் கோபுரம் 130 அடி உயரமுடையது. இதுதவிர, தொண்டரடிப்பொடி வாயில் கோபுரம், ஸ்ரீ கருடன் சன்னதி வாயில் கோபுரம் என்று மேலும் நான்கு கோபுரங்களும் இங்குண்டு. மன்னர்கள் காலத்தில் கிழக்கு ராஜகோபுரம்தான் பிரதான நுழைவு வாயிலாக இருந்துள்ளது. பின்னாளில்தான் மேற்கு கோபுரம் வழக்கத்திற்கு வந்தது.

பிரகாரங்கள்

இக்கோவிலில் மாடவீதி, பிரகாரம், ஆழ்வார் பிரகாரம், சேனை முதன்மையார் பிரகாரம், வைய மாளிகைப் பிரகாரம், ஆளவந்தார் பிரகாரம் என ஐந்து பிரகாரங்கள் உள்ளன.

வாரணகிரியும் அத்திகிரியும்

ஐந்து பிரகாரங்களுடன் காணப்படும் இந்தக் கோயில் வாரணகிரி மற்றும் அத்திகிரி என்னும் இருதளங்கள் கொண்ட கட்டுமலை அமைப்புடன் காணப்படுகிறது. இந்திரனின் வாகனமான ஐராவதமே மலை உருவில் எம்பெருமானைத் தாங்கி நிற்பதால் இந்தப் பெயர் வந்ததாம்.

இந்தக் கட்டுமலையை பாண்குன்று கல், அஞ்சனவெற்பு, மணிக்குன்று, அத்திகிரி, கரிகிரி, வாரணவெற்பு ஆகிய பெயர்களாலும் குறிப்பிடுவர். முதல்மாடியான வாரணகிரியில் நரசிம்மர் சன்னதி காணப்படுகிறது. இவர் அழகியசிங்கர் என்று அழைக்கப்படுகிறார். இரண்டாவது மாடியான மேல்மாடிதான் அத்திகிரி யாகும்.

காயத்ரி மந்திரம்

முதல்மாடியான வாரணகிரியிலிருந்து இரண்டாவது மாடியான அத்திகிரிக்குச் செல்ல 24 படிக்கட்டுகளைக் கடந்து செல்ல வேண்டும். இந்த 24 படிக்கட்டுகளும் காயத்ரி மந்திரத்தின் தத்துவத்தை உணர்த்துவதாகக் கூறுகின்றனர். இந்த 24 என்ற எண்ணிக்கை கோவில் நிலப்பரப்பு (24 ஏக்கர்) திருக்குளப் படிக்கட்டுகளின் எண்ணிக்கை (அனந்த சரஸ் படிக்கட்டுகள் 24) கொடிமரத்தின் அடுக்குகள் 24, மதில் சுவரில் உள்ள கற்களின் அடுக்குகள் 24 என காயத்ரி மந்திர எண்ணிக்கையிலேயே தொடர்ந்துள்ளன.

அத்திகிரி மூலவர்

இரண்டாவது மலையான அத்திகிரிதான் இந்தக் கோயிலின் கருவறையாகும். அத்திகிரி கருவறையில் புண்ணியகோடி விமானத்தின் கீழே மூலவரான தேவராஜன் நின்ற திருக்கோலத்தில் அருள்பாலிக்கிறார். இவருக்கு தேவபெருமாள், அத்தியூரான், அத்தி வரதன், பேரருளாளன்,

தேவாதிராஜன், யஞ்ஞோத்பவர், கஜேந்திர வரதர், தேவராஜ சுவாமி, மாணிக்க வரதர், பிராணதார்த்திஹரன் ஆகிய பெயர்களும் உண்டு.

இக்கோயிலின் பழைய மூலவர் அத்திவரதர் ஆவார். அவர் அத்தி மரத்தில் செய்யப்பட்டவர் என்றும் பிரம்மதேவனால் யாகத்தீயில் உருவாக்கப்பட்டவர் என்றும் சொல்லப்படுகிறார்.

வரதராஜப் பெருமாள்

அத்திகிரி தேவராஜர் சன்னதியில் வரதராஜப் பெருமாள் உற்சவராக அருள்பாலிக்கின்றார்.

எல்லா வைணவத் திருத்தலங்களிலும் உற்சவரான பெருமாளின் இருபுறமும் முறையே ஸ்ரீதேவி, பூதேவி நாச்சியார்கள் இருப்பர், ஆனால் இங்குள்ள ஸ்ரீவரதராஜப்

பெருமாள் உற்சவரின் இருபுறமும் ஸ்ரீ பூதேவி மட்டுமே அருள் பாலிக்கிறார்.

ஆரம்பகால வரதராஜ உற்சவருக்கு ஸ்ரீதேவி பூதேவிகளே உபய நாச்சியர்களாக இருந்தனராம், மாலிக்கபூரின் படையெடுப்பின்போது பாதுகாப்பு கருதி இங்கிருந்த உற்சவ விக்கிரகங்கள் உடையார்பாளையம் ஜமீனுக்கு எடுத்துச் செல்லப்பட்டன. பின்னர் போர் அபாயம் நீங்கி, மீண்டும் அங்கிருந்து உற்சவர்களைக் கோயிலுக்கு எடுத்து வந்தபோது வரதராஜரின் இரண்டு உபய நச்சியார்களும் பூமி பிராட்டியாகவே அமைந்து விட்டனராம். அன்றிலிருந்து இந்தக் கோயிலின் உற்சவரான ஸ்ரீவரதராஜர் ஸ்ரீ பூமாதேவியையே இரண்டுபுறமும் உபயநாச்சியார்களாகக் கொண்டு காட்சி தருகின்றாராம்.

திருக்குளங்கள்

வரதராஜப் பெருமாள் கோயிலில் அனந்தசரஸ் திருக்குளம், பொற்றாமரை திருக்குளம் ஆகிய இரண்டு திருக்குளங்கள் அமைந்துள்ளன. இந்தத் தீர்த்தங்கள் தவிர பிரம்ம தீர்த்தம், அக்னி தீர்த்தம், குசதீர்த்தம், வேகவதி ஆறு ஆகிய தீர்த்தங்கள் இங்குண்டு.

அனந்த சரஸ் திருக்குளம்

மேற்கு ராஜகோபுரத்தின் வடக்கிலும், நூறுகால் மண்டபத்தின் வடக்கேயுமாக இருப்பது அனந்தசரஸ் திருக்குளம். சனிக்கிழமைகளில் இதில் நீராடுவோருக்கு காவிரியில் நீராடிய பலன் கிடைக்குமாம். ஆதிசேடன் இத்திருக்குளத்தில் நீராடியதால் பூமியைத் தாங்கும் வல்லமை பெற்றாராம். ஆதிசேடன் நீராடியதால் இதற்கு சேஷ தீர்த்தம் என்றும் பெயர்.

இந்தக் குளத்தின் நடுவிலுள்ள நீராழி மண்டபத்தின் தெற்கே விமானத்துடன் கூடிய நான்குகால் மண்டபத்தின் கீழ்தான் வெள்ளிப் பேழையில்தான் கருவறையில் இருந்த அத்திவரதர் பள்ளி கொண்டிருக்கிறார்.

சன்னதிகள்

முதல் பிரகாரம் ஆழ்வார் வீதி எனப்படுகிறது. ஆழ்வார் என்றால் நம்மாழ்வாரைக் குறிக்கும். வரதர் நம்மாழ்வாருக்கு இந்த வீதியில் தரிசனம் தந்ததால் இது ஆழ்வார் வீதி எனப்படுகிறது.

நூற்றுக்கால் மண்டபம்

மாடவீதி எனப்படும் வெளிப்பிரகாரத்தில், மேற்குக் கோபுரம் வழியே உள்ளே சென்றால் இடது புறம் விஜயநகர மன்னர்கள் காலத்திய நூற்றுக்கால் மண்டபம் ஒன்று காணப்படுகிறது. மண்டபத்தில் 96 தூண்களும், மையத்திலுள்ள பிரமாண்டமான மேடை போலுள்ள விமானத்தில் நான்கு தூண்களுமாக நூறு தூண்கள் காணப்படுகின்றன.

இந்த நூற்றுக்கால் மண்டபத்தில் முகம் பார்க்கும் கண்ணாடியில் ஒப்பனை செய்யும் அழகி, விசுவாமித்திரர் யாகம், ராமர் சீதை கல்யாணம், வாலி வதம், ராமனின் கணையாழியை அடையாளம் காட்டும் அனுமன், கிளி வாகனத்தில் அமர்ந்த ரதிதேவி, அன்ன வாகனத்தில் அமர்ந்த மன்மதன், சஞ்சீவி மலையைத் தூக்கி வரும் அனுமன், தசாவதாரக் காட்சிகள் என மண்டபம் முழுவதும் சிற்பக் களஞ்சியமாகவே திகழ்கிறது.

மண்டபத்தின் ஒவ்வொரு மூலையிலும் விதானத்தில் தொங்கும் கற்சங்கிலிகள் சிற்பக்கலையின் அற்புதமாகத் திகழ்கின்றது.

இந்த மண்டபத்தின் அருகேதான் நீராழி மண்டபங்களுடன் கூடிய அனந்த சரஸ் என்னும் திருக்குளம் காணப்படுகிறது.

சக்ரத்தாழ்வார் சன்னதி

அனந்த சரஸ் திருக்குளத்தின் கிழக்குக்கரையில் சக்கரத் தாழ்வார் சன்னதி காணப் படுகிறது. தமிழகத்தில் எங்குமே காணவியலாத மிகப்பெரிய அளவில் 16 கைகளுடன் சுதர்சன ஆழ்வார் திருமேனி காணப்படுகிறது. இவருக்குப் பின்புறத்தில் நரசிம்மர் திருவுருவம் காணப்படுகிறது. ஒரு பக்கம் சக்கரத்தாழ்வாரும், மறுபக்கம் யோக நரசிம்மரும் காணப்படும் சுதர்சன சக்கரத்தைச் சுற்றியுள்ள அலங்கார வளைவில் 12 சக்கரத்தாழ்வார் உருவங்கள் வடிக்கப்பட்டுள்ளன. சக்கரத்தாழ்வாரே இந்த ஆலயத்தின் பிரதான மூர்த்தியாக இருப்பதால் இவரை வழிபட்ட பிறகே மூலவரான வரதராஜப் பெருமாளை பக்தர்கள் தரிசனம் செய்கிறார்கள்.

இந்தச் சக்கரத்தாழ்வாரை வணங்குவதனால் திருமணத் தடை நீங்கும் என்றும் இவருக்குப் பின்புறமுள்ள நரசிம்மரை வணங்கினால் வழக்குகளில் வெற்றி பெறலாம் என்றும் பக்தர்கள் நம்பிக்கையுடன் கூறுகின்றனர்.

திருக்குளத்தின் மேற்குக் கரையில்

அனந்த சரஸ் திருக்குளத்தின் மேற்கே வேணுகோபாலன் மற்றும் பூவராகன் சன்னதிகள் உள்ளன.

திருக்குளத்தின் வடக்குக் கரையில்

குளத்தின் வடக்குக் கரையில் ஸ்ரீ ரங்கநாதர் சன்னதி, இந்தச் சன்னதிகளைக் கடந்து சென்றால் ஆழ்வார் வீதி எனப்படும் முதல் பிரகாரம் காணப்படுகிறது.

ஆழ்வார் வீதி சன்னதிகள்

முதல் பிரகாரத்தின் வடகிழக்கு மூலையில் நம்மாழ்வார் சன்னதி காணப்படுகிறது. இங்கு நம்மாழ்வாருடன் மதுரகவி ஆழ்வாரும், நாதமுனிகளும், எழுந்தருளியிருக்கின்றனர். இதே பிரகாரத்தின் கிழக்குப் பகுதியில் ராமானுஜர், மணவாள மாமுனிகள், திருக்கச்சி நம்பிகள் ஆகியோரின் சன்னதிகள் இருக்கின்றன.

ராமானுஜர் சன்னதியில் முதலாழ்வார்கள் மூவர், திருமழிசை ஆழ்வார், பெரியாழ்வார், தொண்டரடிப்பொடி ஆழ்வார், திருமங்கை ஆழ்வார் முதலான ஆழ்வார்களும். ஆளவந்தார், கூரத்தாழ்வார் முதலான ஆச்சார்யர்களும் சேவை சாதிக்கின்றனர்.

இந்தப் பிரகாரத்தின் முடிவில் கொடிமரத்துக்கு முன்பு வேதாந்த தேசிகர் சன்னதி காணப்படுகிறது.

கொடிமரத்தைக் கடந்து உள்ளே சென்றால், இடதுபுறம் சிற்பத் தூண்கள் நிரம்பிய பெரிய மண்டபம் காணப்படுகிறது. பிரகாரத்தின் வடக்குப்புரத்தில் ராமர், அனந்தாழ்வார், கருமாணிக்க வரதர் ஆகியோர் சன்னதிகள் காணப்படுகின்றன.

மேற்குப் பகுதியில் ஒரு பெரிய மண்டபம் காணப் படுகிறது.

வேதாந்த தேசிகர் சன்னதியில் கோடிகா தானம் ஸ்ரீ லட்சமி குமாரதேசிகனும் அவர் மனைவி அம்மங்காரும் உள்ளனர். இங்குள்ள அம்மாள் காலட்சேபக் கூடம் குறிப்பிடத்தக்கது.

அம்மாள் காலட்சேபக்கூடம்

வேதாந்த தேசிகரின் குரு நடாதூர் வரதாச்சாரியார் தினமும் பெருமாளுக்கான பாலை ஆற்றி, அமுது செய்து

வந்தவர். தாயைப் போலப் பரிந்து, இவ்வளவு வாஞ்சையுடன் பெருமாளுக்கு அமுது செய்தமையால், பெருமாள் இவரை அம்மாள் என்றே அழைத்தாராம். வேதாந்த தேசிகர் தம் சீடர்களுக்கு உபதேசித்த அந்த இடமே அம்மாள் காலட்சேபக்கூடம் என்று அழைக்கப்படுகிறது.

ஆளவந்தார் பிரகார சன்னதிகள்

ஆழ்வார்கள் பிரகாரத்தில் இருந்து நான்காம் பிரகாரமாகிய ஆளவந்தார் பிரகாரத்தில் தோடர்மால் வாயில் வழியே உள்ளே சென்றால் உற்சவக் காலங்களில் பெருமாள் எழுந்தருளும் கண்ணாடி அறை, அபிஷேக மண்டபம், வாகன மண்டபங்கள், ஸ்ரீ ராமர் சன்னதி, திருவனந்தாழ்வான் சன்னதி, கருமாணிக்கப் பெருமாள் சன்னதி, மடைப்பள்ளி, ராப்பத்து விழா மண்டபம் மற்றும் பெருந்தேவித் தாயார் சன்னதி ஆகியவை உள்ளன.

தாயார் சன்னதி

பிரகாரத்தின் முடிவில் கிழக்கு நோக்கியபடி பெருந்தேவித் தாயார் சன்னதி காணப்படுகிறது. இந்தச் சன்னதியின் விமானம் கல்யாணகோடி விமானம் என்று அழைக்கப்படுகிறது.

இரு கைகளிலும் தாமரை மலர்களை ஏந்தியபடி, அபய, வரத ஹஸ்தங்களுடன் கிழக்கு நோக்கிய மலர்ந்த திருமுகத்துடன் அமர்ந்திருக்கிறார் பெருந்தேவித்தாயார். இவருக்கு அரித்ராதேவி, மகாதேவி ஆகிய பெயர்களும் உண்டு,

பிருகு முனிவர் செய்த புத்திரகாமேஷ்டி யாகத்தின் பலனாக அவருக்கு மகளாக அவதரித்தார் மகாலட்சுமி. பெருந்தேவி என்ற பெயர் கொண்ட அவர் வரதரை மணக்க பொற்றாமரை மலர்களால் அவரைப் பூஜித்து வந்தார். அதனால் மகிழ்ந்த வரதராஜர், பெருந்தேவியை சிவன், பிரம்மா, பிருகு முனிவர், காசிபர், கண்வர். காத்தியாயனர், ஹரிதர் முதலிய தேவர்கள் அனைவரின் முன்னிலையில் மணந்து கொண்டார் என்கிறது தலபுராணம்.

சன்னதியில் தாயாரின் திருமகள் உற்சவ மூர்த்தம் உண்டு. வெள்ளிக்கிழமைதோறும் பிரகாரங்களுக்குள் தாயார் உலா

வருவார் ஏகாதசிதோறும் பெருமாள் உலாவும் நடைபெறும். வெள்ளியும் ஏகாதசியும் சேர்ந்து வரும் நாளில் பெருமாளும் பிராட்டியும் சேர்ந்து உலா வருவர்.

ஆனால் எக்காலத்தும் தாயாருக்கு கோயிலுக்கு வெளியே திருவீதி புறப்பாடு இல்லை. அதனால் தாயாரை படிதாண்டாப் பத்தினி என்றழைக்கின்றனர்.

புத்திர தோஷம் உள்ளவர்கள் அமாவாசையுடன் திங்கட்கிழமை சேர்ந்த நாளில் தாயாருக்குச் சிறப்பு வழிபாடுகள் செய்து தங்கள் தோஷத்தைப் போக்கிக் கொள்கின்றனர். பெருந்தேவித் தாயாரை வணங்கினால் நிச்சயம் குழந்தை வரம் கிடைக்கும் என்பது மக்களின் நம்பிக்கையாயிருக்கிறது.

உற்சவரான திருமகளை வணங்கினால் வாழ்க்கையில் வளமும், நிம்மதியும் கிடைக்கும் என அனுபவித்தவர்கள் கூறுகின்றனர்.

பெருந்தேவித் தாயார் வேதாந்தத் தேசிகருக்காகத் தங்க மழையைப் பெய்வித்தமையால் அவரைத் தங்கத்தாயார் என்று பக்தர்கள் அழைக்கின்றனர்.

சேனையர்கோன் திருமுற்றத்தில்

பெருந்தேவித் தாயார் சன்னதிக்கு அடுத்த பிரகாரம் சேனையர்கோன் திருமுற்றம். இந்தப் பிரகாரத்தில் முதலில் எதிர்படுவது மேற்கில் கருடன் சன்னதி, கிழக்கில் எதிர்புறம் அழகிய சிங்கர் எனப்படும் நரசிம்மர் சன்னதி, அந்தச் சன்னதியைக் கடந்து பிரகாரத்தை வலம் வந்தால் வடகிழக்கு மூலையில் தீர்த்த கிணறான பிரம்ம தீர்த்தம், தென் கிழக்கு மூலையில் தன்வந்திரி சன்னதி, சேனை முதன்மையார், (விஷ்வக்சேனர்) சன்னதி, ஆண்டாள், மலையாள நாச்சியார் ஆகியோர் சன்னதிகள் காணப்படுகின்றன.

கிழக்குப் பிரகாரத்தின் இறுதியில் உள்ள மேடையின் மீது வலம்புரி விநாயகர் சன்னதியும் உள்ளது. இவர் மற்ற பெருமாள் கோயில்களைப்போல தும்பிக்கை ஆழ்வார் என்று அழைக்கப்படாமல் வலம்புரி விநாயகர் என்றே அழைக்கப்படுகிறார்.

இந்தப் பிரகாரத்தில் இருந்து பிரகாரத்தின் கிழக்குப்புறம் பெருமாள் சன்னதிக்கான நுழைவு வாயில் 24 படிக்கட்டுகளுடன் துவங்குகிறது. கருவறையான அத்திகிரியில் பெருமாள் தேவராஜன் மூலவராக அருள் பாலிக்கிறார்.

இங்குள்ள பெருமாளை வணங்கினால் கல்வி கேள்விகளில் நிறைந்த ஞானம் பெறலாம் என்றும், வரதராஜரை வணங்குவோருக்கு வேண்டியது வேண்டியபடியே கிடைக்கும் என்றும், பெருமாளின் அருள் பெற்றவர்கள் கூறுகின்றனர்.

வையமாளிகை தங்கப் பல்லி

கருவறையில் தேவராஜப் பெருமாளை வழிபட்டுத் திரும்புகையில் வெளிப்பிரகாரத்தில் மூலவர் சந்நிதிக்கு வடகிழக்கே பின்புறம் மேல்சுவற்றில் தங்கப்பல்லி, வெள்ளிப்பல்லி சிற்பங்கள் அமையப்பெற்றுள்ளன. பெருமாளைத் தரிசித்தபின் இந்தத் தங்க வெள்ளிப் பல்லிகளைத் தரிசிக்கும் வழக்கம் நடைமுறையில் உள்ளது.

சிருங்கிபேரர் என்னும் முனிவரின் இரு குமாரர்கள், கௌதம முனிவரின் சாபத்தினால் பல்லிகளாகி இந்தத்

தலத்துக்கு வந்து தவம் செய்து சாபவிமோசனம் பெற்றதாக ஒரு வரலாறு உண்டு. அவர்களின் நினைவாக இந்திரன் தங்கத்தால் ஆன பல்லி ஒன்றையும், வெள்ளியால் ஆன பல்லி ஒன்றையும் இங்கே ஸ்தாபித்தானாம்.

இந்திரன் ஸ்தாபித்தது தங்கப்பல்லி மற்றும் வெள்ளிப்பல்லி என்று இரண்டாகச் சொல்லப்பட்டாலும், தற்போது பிரகாரத்தில் தங்கப்பல்லி மட்டுமே காணப்படுகிறது. பக்தர்கள் வையமாளிகைப் பிரகாரத்தில் தலைக்குமேலே விதானத்தில் காணப்படும் சுமார் 3 அடி நீளமுள்ள இந்தத் தங்கப்பல்லியைப் படிகளில் ஏறிக் கையால் தொட்டு வணங்கி தங்களது எல்லாத் தோஷங்களையும் போக்கிக் கொள்கிறார்கள்.

தலவிருட்சம்

இந்த ஆலயத்தின் தலவிருட்சமாக அரசமரம் இருக்கிறது. அந்த அரசமரத்தின் எதிரில் தான் கரிமாணிக்க வரதர் சன்னதியும் உள்ளது. இந்தச் சன்னதியை திங்கட்கிழமைகளில் வரும் அமாவாசையன்று சுற்றி வந்தால் குழந்தையில்லாத தம்பதியர்க்கு குழந்தைச் செல்வம் கிடைப்பது உறுதி என்று சொல்கிறார்கள்.

●●●

3. வழிபாடுகள்

எம்பெருமானைச் சேவிக்க உகந்த வேளை உஷத் காலம் என்பர். அதிகாலையான அப்பொழுது திருப்பள்ளியெழும் பெருமாளின் கழுத்தில், பெருந்தேவித் தாயார் வரதரை இறுக அணைத்து சயனித்திருப்பாராம். அதனால் திருமாலின் மார்பில் பதிந்திருக்கும் தாயாரின் பொன் வளையல்களின் தழும்புகள் காணப்படுமாம்.

இதனால் மலர்ச்சியுடன் காணப்படும் பெருமாளை இந்த வேளையில் தரிசிப்பது பெரும் சிறப்புக்குரியது என்றும், அவ்வேளையில் நாம் அவரிடம் வரங்கள் வேண்டினால், வேண்டிய வரங்களை வேண்டியபடியே தந்துவிடுவார் என்றும் வேதாந்த தேசிகர் கூறுகின்றார்.

வைணவத்தில் இரண்டு ஆகமங்கள் உண்டு. ஒன்று பாஞ்சராத்ர ஆகமம், மற்றொன்று வைகாச ஆகமம். பாஞ்சராத்ரம ஆகமத்தில் 4 மூர்த்தங்களும், வைகாச ஆகமத்தில் 5 மூர்த்திகளும் கணக்கில் கொள்ளப்படும். காஞ்சிபுரம் வரதராஜப் பெருமாள் கோயிலில் பாஞ்சராத்ரம ஆகமவிதிப்படியே வழிபாடுகள் நடக்கின்றன.

மந்த்ராஸநம் – திருப்பள்ளி எழச்செய்வது, ஸ்நாநாஸநம் –பட்டாடை மாலைகள் ஆபரணம் அணிவித்தல், போஜ்யாஸநம் – அமுது படைத்தல் தளிகை சமர்பித்தல் பநர் மந்த்ராஸநம்துளசியால் அர்ச்சிக்கப்படுவது, பர்யங்காஸநம் பள்ளி அறை பூஜை... இந்த முறைப்படி பூஜைகள் நிகழ்கின்றன. இந்த நிலைகளில் தான் நாலாயிரத் திவ்வியப் பிரபந்தங்களும், சாற்று முறைகளும் நிகழும்.

வெள்ளிக்கிழமை தோறும் பிரகாரங்களுக்குள் பிராட்டியார் திருவீதி உலா வருவார். ஏகாதசி தோறும் பெருமாள் உலா நடைபெறும், வெள்ளியும் ஏகாதசியும் சேர்ந்து வரும் நாளில் பெருமாளும் பிராட்டியும் சேர்ந்து உலா வருவர்.

சூரிய வழிபாடு

ஒவ்வொரு ஆண்டும் சித்ரா பௌர்ணமியன்று நள்ளிரவு 12.00 மணிக்குமேல் பிரம்மதேவன் இத்தலத்து மூலவரை வழிபட்டுச் செல்வதாகத் தலபுராணம் தெரிவிக்கிறது. எனவே அன்று இரவு பூஜையில் பெருமாளுக்குப் பிரசாதம் படைத்துவிட்டு, பட்டர்கள் வெளியே வந்து விடுவார்களாம். ஒரு நாழிகை கழித்து உள்ளே செல்லும்போது அந்தப் பிரசாதம் நறுமணத்துடன் திகழுமாம்.

பௌர்ணமியைத் தொடர்ந்து அடுத்து வரும் 14 நாட்கள் மாலையில் சூரியன் வந்து பெருமாளை வழிபட்டுச் செல்வதாகச் சொல்லப்படுகிறது.

அக்காலங்களில் சூரியனின் மாலைக் கிரணங்கள் மூலவரின் திருப்பாதங்களைத் தழுவுமாறு கருவறை அமைக்கப்பட்டுள்ளது.

பெருமாளுக்குத் துளசி மாலை சாத்துதல், தாயாருக்குப் புடவை சாத்துதல் மற்றும் சர்க்கரைப் பொங்கல் படைத்தல் ஆகியன இங்கு நேர்த்திக் கடனாகச் செலுத்தப்படுகிறது.

வரதரின் சிறப்பு பிரசாதங்கள்

வரதராஜப் பெருமாளின் சிறப்புப் பிரசாதங்களாக இட்லியும், தோசையும், வடையும் வழங்கப்படுகின்றன. இது வரதருக்கு மட்டுமல்ல, காஞ்சிபுரத்துக்கே பெருமை சேர்க்கும்

விஷயமாகக் கருதப்படுகிறது. இந்தக் கோயில் பிரசாதமான காஞ்சிபுரம் இட்லி உலகப் பிரசித்திப் பெற்றது.

இட்லி பிரசாதம்

காஞ்சிபுரத்தில், வரதராஜப் பெருமாள் கோயிலில், பெருமாளுக்கு நைவேத்தியம் செய்யப்படும் காஞ்சிபுரம் இட்லி மிகவும் உலகப்பிரசித்தி பெற்றது.

வித்தியாசமான இந்த இட்லியைத் தயாரிப்பதற்காகத் தனியே இரு மூங்கில் கூடை பயன்படுத்தப்படுகிறது. இரண்டரை படி பச்சரிசி, ஒன்றரை படி உளுந்து ஆகியவற்றை ஊறவைத்து அரைத்து, அந்த மாவுடன் உப்பு, மிளகு, சீரகம், சுக்கு ஆகியவற்றை இடித்துக் கலந்து மூடி வைப்பர். மறுநாள் அந்த மாவில் அரைப்படி புளித்த தயிர், ஒரு கரண்டி நெய் ஆகியவற்றைச் சேர்த்து பெரிய மண் பானையில் இட்டு இட்லியை வேகவைப்பர். பிறகு இந்த இட்லியை சுவாமிக்கு நைவேத்தியமாகப் படைத்து, முக்கால் பாகத்தை மட்டும் உதிர்த்து வெண்பொங்கலுடன் சேர்த்து பக்தர்களுக்கு விநியோகிப்பர்

காஞ்சிபுரம் வரதராஜப் பெருமாளுக்கு முதன் முதலில் இட்லியை நைவேத்தியமாகச் செய்தவர் கிருஷ்ணரின் எட்டு பிரதான பக்தர்களில் ஒருவரான வல்லபாச்சாரியார் என்று

சொல்கிறார்கள். அவர்தான் பெருமாளுக்கு மிளகும், சுக்கும் சேர்த்த பச்சரிசி இட்லியை மந்தார இலையில் வைத்து நைவேத்தியம் செய்திருக்கிறார். அந்தப் பழக்கம்தான் குடலையில் செய்யும் காஞ்சிபுரம் இட்லியாக இன்றுவரை தொடர்ந்து வந்திருக்கிறது.

பெருமாளுக்குப் படைக்கப்படும் நைவேத்திய இட்லியில் வழக்கம் போல் மிளகாயும், நல்லெண்ணெயும் சேர்க்காமல், அதற்குப் பதிலாக மிளகும் நெய்யும் சேர்க்கப்படுகின்றன.

காஞ்சி வரதராஜருக்கு சுக்கு மிளகிட்ட பச்சரிசியில் தினசரி இரண்டு இட்லிகள் செய்து, காலையில் நைவேத்தியம் செய்கிறார்கள். அந்த இட்லிகள் ஒவ்வொன்றும் 2 கிலோவுக்கும் அதிகமான எடை கொண்டது . நைவேத்தியம் செய்யப்படும் இட்லிகளில் ஒன்று கோயில் கைங்கரியம் செய்கிறவர்களுக்கும், மற்றொன்று கட்டளைதாரர்களுக்கும் வழங்கப்படுகிறது. கோயிலுக்கு வரும் பக்தர்களுக்கு நைவேத்தியம் செய்த தோசையும் வடையும் மட்டுமே பிரசாதமாகக் கொடுக்கப்படுகிறது.

தோசை அமுது பிரசாதம்

காஞ்சிபுரம் வரதராஜ பெருமாள் கோயில் கல்வெட்டில் தோசை அமுது பிரசாதம் குறித்த சுவையான செய்தி ஒன்று காணப்படுகிறது.

கி.பி. 1542 ஆம் ஆண்டு அச்சுதராயன் என்பவரது ஆட்சி காலத்தில் காஞ்சிபுரத்தைச் சார்ந்த திருவத்தியூர் அருளாளப் பெருமாள் கோவிலுக்கு பக்தர் ஒருவர் அளித்த சிறு நிதி மூலம் அவர் செய்யச் சொன்ன நிவந்தம் பற்றிய செய்தியை அக்கல்வெட்டு தெரிவிக்கிறது.

தாயார் சன்னதிக்கு எதிரில் காணப்படும் கி.பி. 1542 ஆம் ஆண்டைச் சேர்ந்த அந்தக் கல்வெட்டில் ஏகாதசி அன்று படைக்கப்படும் தோசைக்குத் தேவையான பொருட்கள், அதன் செய்முறை, அதனை யார் யாருக்கு எப்படி நெய்வேத்திய விநியோகம் செய்ய வேண்டும் என்று தெரிவிப்பதுடன் அதற்குத் தேவையான பணம் கோவில் கருவூலத்தில் சேர்க்கப்பட்டிருப்பதாகவும் தெரிவிக்கப்பட்டிருக்கிறது.

"ஒவ்வோர் ஏகாதசி அன்றும் பெருமாள் கருட வாகனத்தில் கிராம உலா சென்று திரும்பும்போது இன்னின்னார்க்கு அமுது படைக்க வேண்டும் எனவும், அதற்கு ஆகும் செலவாக 250 பணமளிக்கப்பட்டது எனவும், அதைக்கொண்டு 35 தோசைகளை 24 ஏகாதசிகளுக்குக் கொடுக்க வேண்டும்" என்றும் அக்கல்வெட்டுத் தெரிவிக்கின்றது.

(கல்வெட்டு எண் 614 / 614 / 1919 கோயில் சாசனங்கள். பகுதி 1 ப. 326)

●●●

4. திருவிழாக்கள்

இந்த ஆலயத்தில் வருடத்தின் பன்னிரண்டு மாதங்களும் திருவிழாக்கள் நடைபெறுகின்றன.

சித்திரை மாதம்

தமிழ் வருடப் பிறப்பு, திரு அவதார உற்சவம், சித்ரா பௌர்ணமி, தோட்டோற்சவம், ஸ்ரீ ராமநவமி, ஸ்ரீ பாஷ்யகார சாற்று முறை, ஸ்ரீ மதுரகவிகள் சாற்றுமுறை ஆகியவை.

வைகாசி மாதம்

பிரம்மோற்சவம், வசந்தோற்சவம், ஸ்ரீ நம்மாழ்வார் சாற்று முறை, ஸ்ரீ நரசிம்மர் ஜயந்தி,

ஆனி

கோடை உற்சவம், கருட சேவை, ஸ்ரீ பெரியாழ்வார் சாற்று முறை, ஸ்ரீ பேரருளாளன் ஜ்யேஷ்டாபிஷேகம், ஸ்ரீ பெருந்தேவியார் ஜ்யேஷ்டாபிஷேகம்.

ஆடி

ஆடிப்பூர உற்சவம், கஜேந்திர மோட்ச கருட சேவை, ஸ்ரீ ஆளவந்தார் சாற்று முறை,

ஆவணி

ஸ்ரீ ஜயந்தி

புரட்டாசி

ஸ்ரீ தூப்புல் தேசிகர் மங்களாசாஸனம், திருக்கோயில் தேசிகன் சாற்று முறை, நவராத்திரி, விஜயதசமி, பாரிவேட்டை.

ஐப்பசி

தீபாவளி, ஸ்ரீசேனைநாதன் சாற்று முறை, ஸ்ரீ பொய்கை ஆழ்வார் சாற்று முறை, ஸ்ரீ பூதத்தாழ்வார் சாற்று முறை, ஸ்ரீபேயாழ்வார் சாற்று முறை, ஸ்ரீ மணவாள முனிகள் சற்றுமுறை.

கார்த்திகை

கைசிக புராண படனம், பரணி தீபம், திருக்கார்த்திகை, ஸ்ரீதிருப்பாணாழ்வார் சாற்று முறை, ஸ்ரீ லட்சுமிகுமார தாததேசிகன் சாற்று முறை.

மார்கழி

ஸ்ரீ தொண்டரடிப் பொடியாழ்வார் சாற்று முறை, திருவத்யயன உற்சவம், பகல் பத்து, ராப்பத்து வைபவம், அனுஷ்டான குள உற்சவம், ஆண்டாள் நீராட்டு உற்சவம், போகிப் பண்டிகை, திருக்கல்யாணம்.

தை

சங்கராந்தி, சீவரம் பாரி வேட்டை, தெப்போற்சவம், தைப்பூசம்,

ஸ்ரீதிருமழிசை ஆழ்வார் சாற்று முறை, வனபோஜன உற்சவம்.

ரதசப்தமி உற்சவம்.

மாசி

தவனோற்சவம்.

பங்குனி

திருக்கல்யாணம், பல்ரவோற்சவம்.

கருட சேவைகள்

இக்கோயிலில் கருடசேவை வருடத்துக்கு மூன்று முறை அதாவது வைகாசி பிரமோற்சவம், ஆனிமாதம் சுவாதி நட்சத்திரம் கூடிய பெரியாழ்வார் சாற்று முறை, ஆடி மாதம் பௌர்ணமி கஜேந்திர மோட்சம் ஆகிய வைபவங்களின்போது நடைபெறுகிறது.

தாயாருக்குரிய உற்சவங்கள்

சரஸ்வதி பூஜை, வைகாசி திருவிழாவில் ஒருநாள், பங்குனி உத்திரம் என வருடத்தில் மூன்று முறை மட்டும் வரதராஜர் தாயாருடன் சேர்ந்து காட்சி தருகிறார். வைகாசி முதல் வெள்ளியன்று இவருக்கு சிறப்பு திருமஞ்சனத்துடன் பூஜை நடைபெறும்.

பிரம்மோற்சவம்

வைகாசி மாதம் நடைபெறும் பிரம்மோற்சவத்தின் போது பெருமாள் மட்டுமே திருவீதி உலா வருவார். பெருந்தேவி

தாயார் படிதாண்டா பத்தினி ஆகையால் திருவீதி புறப்பாடு கிடையாது

பிரம்மோற்சவத்தின் 3 ஆம் நாள் சூரிய உதயத்தில், கோபுர வாயிலில், கருட வாகனத்தில் குடையின் கீழ் கம்பீரமாக சேவை சாதிக்கிறார் ஸ்ரீ காஞ்சி வரதர். சேவையின்போது சில நிமிடங்கள் குடைகளால் வரதரை மறைத்து விடுவர். இதுவே தொட்டாச்சாரியர் சேவை எனப்படும்.

பிரம்மோற்சவத்தின் ஆறாம் நாள் அன்று காஞ்சி வரதர் ஸ்ரீவேணுகோபாலன் அலங்காரத்தில் வீதி புறப்பாடு கண்டு, திரும்பியதும் மாலைகள் எல்லாம் களைந்த பிறகு, திருவாபரணங்கள், வெள்ளி விதானம் ஆகியவற்றுடன் ரத்தினக் கம்பளம் விரிக்கப்பட்டு மேளதாளத்துடன் கோலாகலமாக அழைத்து வரப்படுவார்.

வரவேற்பின்போது வரதர் வரும் நடையழகு அற்புதமாக இருக்கும்.

பல்லவ உற்சவம்

பங்குனியில் ஏழு நாட்கள் பல்லவ உற்சவம் நடைபெறுகிறது. இந்தநாளில் பெருமாளை அலங்கரித்து நூற்றுக்கால் மண்டபத்தில் எழுந்தருளச் செய்து குங்குமப்பூ, சந்தனம் சேர்ந்த தீர்த்தக் கலவையை வரதருக்குப் பூசி. ஈரத்துணியை அணிவிப்பர். பிறகு மாந்தளிர் மீது பெருமாளை சயனிக்க செய்வர்.

வெளியிலிருந்து வரும் அனல் காற்று பெருமாளைத் தாக்காதிருக்க அவர்முன் ஏழு திரைகளைக் கட்டி பூஜை செய்கிறார்கள். கோடை வெப்பம் பெருமாளைத் தாக்காதிருக்கும் பொருட்டும், மக்களுக்கு மழை பெய்து, வளம் பெருகவும் இந்தக் குளிர்ச்சி உற்சவத்தை மாந்தளிர் உற்சவம் என்ற பெயரில் கோடையில் கொண்டாடுகிறார்கள்.

பிற கோயில்களில் நடைபெறும் வரதர் திருவிழாக்கள்

பழைய சீவரம், மங்களகிரி, அய்யங்குளம், ராஜகுளம் முதலான வெளியூர்களிலும் காஞ்சி வரதருக்கு வருடாந்திர திருவிழாக்கள் நடைபெறுவதுண்டு.

உடையார்பாளையம் விழா

போர்காலத்தில் பாதுகாப்பு கருதி உடையார் பாளையத்திற்குச் சென்ற உற்வ மூர்த்திகள், நிலைமை சரியானதும் திரும்பவும் கோயிலுக்கு எடுத்து வரப்பட்டது. இப்படி வரதர் மீண்டும் காஞ்சிக்கு வந்தது பங்குனி உத்திரட்டாதி திருநாள் ஆகும். இந்த நாளை உடையார்பாளையம் விழாவாகக் கொண்டாடுவர். இந்த உற்சவத்தின்போது ஸ்ரீ வரதர் நாலு மாட வீதிகளில் புறப்பாடு செய்து சேவை சாதிப்பார்.

நடபாவி உற்சவம்

கள்ளழகர் வைகையில் இறங்குவது போல ஸ்ரீ வரதராஜப் பெருமாள் காஞ்சிபுரத்தில் இருந்து 4 கி. மீ. தொலைவிலுள்ள பாலாற்றில் இறங்கும் நடபாவி உற்சவம் சித்ரா பௌர்ணமி அன்று நடைபெறுகிறது.

செவிலிமேடு உற்சவம்

மொகலாயர் படையெடுப்பின்போது காஞ்சி வரதராஜர் காஞ்சிக்கு அருகில் வந்தவாசி செல்லும் பாதையில் 4 கி.மீ. தொலைவில் பாலாற்றங்கரையில் உள்ள செவிலிமேடு லட்சுமி நரசிம்மர் கோவிலில் அடைக்கலம் புகுந்தார். ஒரு வருட காலம் அவருக்குத் திருமஞ்சனம் மற்றும் உற்சவங்களும், செவிலிமேட்டில் நடைபெற்று வந்தது. இதன் அடையாளமாக ஒவ்வொரு வருடமும் சித்ரா பௌர்ணமி விழாவில் காஞ்சி

வரதர் பாலாற்றில் எழுந்தருளி திரும்பும்போது செவிலிமேடு லட்சுமி நரசிம்மரை வலம் வந்து செல்கிறார்.

பழைய சீவரம் பாரி வேட்டை

பொங்கல் அன்று இரவு பத்து மணிக்கு காஞ்சி வரதராஜப் பெருமாள் கோயிலிலிருந்து சுமார் 15 கி.மீ. தொலைவிலுள்ள பழைய சீவரம் நரசிம்மர் கோயிலுக்கு பாரி வேட்டைக்குக் கிளம்பும் விழா நடைபெறுகிறது. ஆழ்வார்களின் பாசுரம் பாடியபடி அடியார்கள் புடைசூழ சீவரத்துக்குப் புறப்படும் காஞ்சி வரதராஜப் பெருமாள் அங்கு வன போஜனம் விழாவைக் கொண்டாடுவார்.

அங்கு விழா முடிந்ததும் மறுநாள் பகல் 12 மணியளவில் 140 படிகள் ஏறிச் சென்று, குன்றின் மீது இருக்கும் நரசிம்மப் பெருமாள் சன்னதியை அடைந்து, அங்கு உபசாரங்களை ஏற்றபின், அங்கிருந்து ஸ்ரீவரதராஜப் பெருமாளும், சீவரம் நரசிம்மரும் திருமுக்கூடல் என்னும் இடத்திலுள்ள ஸ்ரீனிவாசப் பெருமாள் கோயிலுக்குப் புறப்படுவர். அன்று திருமுக்கூடலில் மூன்று பெருமாள்களும் ஒன்றாகப் பக்தர்களுக்குக் காட்சி அளிப்பார்கள்

●●●

5. வரலாற்றில் அத்தி வரதர்

காஞ்சி வரதராஜர் கோயில் எவரால் முதலில் நிறுவப்பட்டது என்பதற்கான ஆதாரங்கள் கிடைக்கவில்லை. ஆயினும் கி.பி. 1053 இல் சோழர்களால் வேழமலை எனப்படும் குகைக்கோயில் கிழக்கு மேற்காக விரிவாக்கப்பெற்றது என்று கல்வெட்டுகளின் மூலம் அறியப்படுகிறது. முதலாம் குலோத்துங்கச் சோழனும், விக்கிரம சோழனும் கோயிலை விரிவுபடுத்தியுள்ளனர்.

பதினான்காம் நூற்றாண்டில் தாயார் சன்னதியும், அபிஷேக மண்டபமும் அமைக்கப்பெற்றன.

சோழர்களின் வீழ்ச்சிக்குப் பின் விஜயநகர அரசர்கள் கிழக்குக் கோபுரம், ஊஞ்சல் மண்டபம் மற்றும் கல்யாண மண்டபங்களை நிறுவினர்.

காஞ்சி வரதராஜப் பெருமாள் கோயிலில் 1487 ஆம் ஆண்டில் புனரமைப்புப் பணிகள் நடைபெற்றதாக வரலாறு தெரிவிக்கிறது. விஜயநகரப் படைத் தளபதியான விருப்பாட்சி தண்டநாயகன் என்பவன் வரதரையும், தாயாரையும் மீண்டும் எழுந்தருளச் செய்ததாக தாயார் சன்னதியிலுள்ள

கல்வெட்டுக் குறிப்புத் தெரிவிக்கிறது. இந்தக் கட்டத்தில்தான் கோயிலில் இருந்த அத்திமரத்திலான வரதர் திருமேனி கல்லாலான திருமேனியாக மாற்றப்பட்டிருக்கலாம் என்று கூறப்படுகிறது.

விஜய நகர ஆட்சிக்காலத்தில் தாதாதேசிகன் என்பவர் இந்தக் கோயிலுக்குப் பல திருப்பணிகள் செய்தார். இவர் பரம்பரையில் வந்த கோடிகாதானம் லட்சுமி குமார தேசிகனும் வரதருக்குப் பல திருப்பணிகள் செய்துள்ளார். கொடிமரத்துக்கு முன்னுள்ள வேதாந்த தேசிகன் சன்னதியில் கோடிகாதானம் ஸ்ரீலட்சுமி குமாரதேசிகரும் அவரது மனைவியான அம்மங்காரும் சிலை வடிவில் காட்சி தருகின்றனர்.

1688 இல் தமிழகத்தின் மீது முகலாயப் படையெடுப்புக்கான அச்சுறுத்தல்கள் நீடித்த நிலையில், 1690 இல் காஞ்சிபுரம் ஔரங்கசீப்பின் வசமாகியது. காஞ்சியின் ஃபவுஜ்தார் (படைத்தலைவர்) மற்றும் திவானாக நியமிக்கப்பட்டவர் அலி மர்தன் கான் என்பவராவர். காஞ்சியை அடுத்த செஞ்சிப்பகுதியில் முகலாயப்படைகளை நிர்வகித்து வந்தவர் கல்ஃபிகர் கான். 1692 இல் மராட்டியர் காஞ்சியை முகலாயர்களிடமிருந்து கைப்பற்றினர்.

1688ஆம் ஆண்டிலேயே இஸ்லாமியர் படையெடுப்பு வரக்கூடும் என்று உணர்ந்து கொண்ட காஞ்சி வரதராஜப் பெருமாள் கோயில் ஜீயர்கள், வரதரைக் காக்கும் பொருட்டு உற்சவர்களை இன்றைய திருச்சி மாவட்டத்திலிருக்கும் உடையார் பாளையத்துக்கு இடம் மாற்றியதாக வரலாறு தெரிவிக்கிறது. போர் அபாயம் நீங்கியபின் 1710 ஆம் ஆண்டு பரமஹம்ச பரிவாஜகசார்ய அட்டாங் ஜீயர் முயற்சியில் வரதராஜர் மீண்டும் காஞ்சி வந்து சேர்ந்தார்.

அவரை காஞ்சி கொண்டு வந்து சேர்த்ததில் முக்கியப் பங்காற்றியவர் ஆற்காடு நவாபின் படையில் முக்கியப் பொறுப்பில் இருந்த இஸ்லாமியரான ராஜா தோடர்மால் என்பவராவர். இந்த ராஜா தோடர்மால் குடும்பத்துக்கு காஞ்சி வரதராஜப் பெருமாள் கோயிலில் மட்டுமின்றி, திருப்பதி யிலும் சிற்பங்கள் உண்டு. இவர் காஞ்சிப்

பெருமாளுக்கு செய்த இறைத்தொண்டின் நினைவாக கோயிலின் வாயில் ஒன்றுக்கு தோடர்மால் வாயில் என்று அவரின் பெயர் சூட்டப்பட்டுள்ளது

முகமதியர் ஆதிக்கத்தின்போது காஞ்சி மற்றும் ஸ்ரீரங்கம் ஆகிய தலங்களிலிருந்த உற்சவ மூர்த்திகள் பாதுகாப்பு கருதி உடையார் பாளையம் ஜமீனுக்கு எடுத்துச் செல்லப்பட்டன. கி.பி. 1710 இல் பிற்காலத்தில் உடையார் பாளையத்தில் இருந்து காஞ்சிபுரத்துக்கு அந்த உற்சவர் விக்கிரகங்களை எடுத்துவர ஆத்தான் ஜீயர் என்ற பெரியவர், ராஜா தோடர்மால் மற்றும்

சலவைத் தொழிலாளி ஒருவர் ஆகியோர் உதவினர்.

இருந்த உற்சவர்களில் எது காஞ்சி வரதர் என்பதைக் கண்டுபிடிக்க முடியாமல் குழப்பமடைந்தபோது, மூர்த்திகளின் திருஆடையை முகர்ந்து பார்த்த சலவைத் தொழிலாளி, குங்குமப்பூ வாசனையை வைத்து காஞ்சி வரதரை அடையாளம் கண்டுபிடித்தாராம்.

அதனால் வரதரின் நவராத்திரி விழாவின்போது சலவைத் தொழிலாளி வம்சத்தவர்களுக்கு மாலை மரியாதைகள் அளிக்கப்படுகின்றன. முயற்சிக்கு உறுதுணையாயிருந்த தோடர்மால் மற்றும் அவரைச் சார்ந்தவர்களுக்கு விக்கிரகங்கள் ஏற்படுத்தப்பட்டு வழிபடப்படுகின்றன.

எல்லா வைணவத் திருத்தலங்களிலும் உற்சவரின் இருபுறமும் முறையே ஸ்ரீதேவி பூதேவி என்ற நாச்சியார்கள் இருப்பர். ஆனால் இங்குள்ள ஸ்ரீவரதராஜப் பெருமாள் உற்சவரின் இருபுறமும் ஸ்ரீ பூதேவியே உபயநாச்சியர்களாக அருள் பாலிக்கிறார்.

ஆரம்பகால வரதராஜ உற்சவருக்கு ஸ்ரீதேவி பூதேவிகளே உபய நாச்சியர்களாக இருந்தனராம், மாலிக்கபூரின் படையெடுப்பின்போது பாதுகாப்பு கருதி இங்கிருந்த உற்சவ விக்கிரகங்கள் உடையார் பாளையம் ஜமீனுக்கு எடுத்துச் செல்லப்பட்டன. பின்னர் அவைகளை மீண்டும் கோயிலுக்கு எடுத்து வந்தபோது வரதராஜரின் இரண்டு உபய நாச்சியார்களும் பூமி பிராட்டியாகவே மாறி விட்டனராம். அன்றிலிருந்து இந்தக் கோயிலின் உற்சவரான ஸ்ரீவரதராஜர் ஸ்ரீ பூமாதேவியையே இரண்டுபுறமும் உபயநாச்சியர்களாகக் கொண்டு காட்சி தருகின்றாராம்.

●●●

5. வரதரின் மகிமைகள்

தாயார் சன்னதியில் தங்கமழை

ஸ்ரீவேதாந்த தேசிகன் வைணவப் பெரியார்களுள் ஒருவர். இவர் வைராக்கியத்திற்குப் பெயர் பெற்றவர். உஞ்சவிருத்தி செய்தே தம் வாழ்க்கையை வாழ்ந்து வந்தார். அன்றைக்குத் தேவைப்படும் அரிசியை மட்டும் அன்றைக்கு யாசித்து வந்து சமைத்து உண்பார்.

இவர் மீது பெருமதிப்புக் கொண்ட சிலர் இவருக்குத் தெரியாமல் இவர் தானமாக வாங்கும் அரிசியில் பொற்காசுகளைக் கலந்து இவருக்குப் பிச்சையிட்டனர். அரிசியைக் களையும் போது அதில் பொற்காசுகள் கலந்து இருப்பதைக் கண்டு அதைக் கையால் தொடக்கூட அஞ்சி, ஒரு குச்சியை எடுத்து அதைத் தள்ளிவிட்டாராம். அப்படியென்றால் அவர் எப்படிப்பட்ட வைராக்கியசாலியாக இருக்கவேண்டும்.

ஒரு சமயம் அவரது ஊருக்கு திருமணம் செய்துகொள்வதற்குத் தேவையான பொருள் கேட்டு பிரம்மச்சாரி ஒருவன் வந்தான். ஊரில் பலரிடமும்

சென்று உதவி கேட்டான். ஆனால் அவனுக்கு யாரும் உதவி செய்ய முன்வரவில்லை.

இந்தச் சமயத்தில் வேதாந்த தேசிகர் மீது பொறாமையும், வெறுப்பும் கொண்ட சிலர் அவரைக் கேலி செய்யும் நோக்கத்தில் அந்த இளைஞனை அழைத்து "தம்பி உன் திருமணத்துக்குத் தேவையான பொருளைத் தரும் அளவு வசதி படைத்தவர்கள் இங்கே யாருமில்லை. நாங்கள் எல்லோரும் ஒன்று சேர்ந்து ஆளுக்குக் கொஞ்சம் பொருள் கொடுத்தால் கூட உன் தேவை நிறைவேறாது. பேசாமல் நீ வேதாந்த தேசிகரிடம் போய் உன் தேவையைச் சொல்லி உனக்கான பொருளை உதவியாகக் கேள்.

ஏனென்றால் இந்த ஊரிலேயே பெரிய செல்வந்தர் அவர்தான்; மறுக்காமல் உனக்கு உதவி செய்வார்" என்று சொல்லி அந்தப் பிரம்மச்சாரியை தேசிகரிடம் அனுப்பினர்.

தேசிகரிடம் உதவி கேட்டு வந்த அந்த இளைஞன் அவரை வணங்கி, "சுவாமி, தங்கள் கொடைத்தன்மையைப் பற்றி ஊரில் எல்லோரும் புகழ்ந்து பேசுகின்றனர். என்னுடைய திருமணத்திற்கு நீங்கள்தான் உதவி செய்ய வேண்டும்" என்று விண்ணப்பித்துக் கொண்டான்.

அடுத்த நாளைக்குகூட தனக்கென எதுவும் சேர்த்து வைக்காமல் பிச்சை எடுத்தே வாழ்ந்து வரும் வேதாந்த தேசிகர், தம்மிடம் வந்து இந்த இளைஞன் இப்படி யாசகம் கேட்பான் என்று கொஞ்சமும் எதிர்பார்க்கவில்லை.

தம்மைக் கேலி செய்வதற்காகவே தம் எதிரிகள் அந்த அப்பாவி இளைஞனிடம் பொய் கூறி அனுப்பி வைத்துள்ளார்கள் என்பதையும் அறிந்து கொண்டார். பொருளற்ற தன்னிடம் வந்து இந்தப் பிரம்மச்சாரி சங்கடப்படுத்துகிறானே என்று நினைத்து அந்த ஏழை இளைஞனுக்கு உதவமுடியாத நிலையிலிருப்பதற்காக வருந்தினார்.

ஆனாலும் எப்படியேனும் அவனுக்கு உதவ முடிந்தால் அதுவே தன் பாக்கியம் என்று நினைத்தவர், தாயார்

சன்னதிக்குச் சென்று அன்னை மகாலட்சுமியை வேண்டி ஸ்ரீஸ்துதி என்ற சுலோகத்தை இயற்றி பாடிக்கொண்டே சன்னதியை வலம் வந்தார்.

இளைஞனும் உதவிக்காக அவரைப் பின்தொடர்ந்தான்.

ஸ்ரீஸ்துதியைக் கேட்ட அன்னைக்கு ஒரே ஆச்சரியம். தனக்கென எதுவும் கேட்காதவர் கேட்கிறாரே! அதுவும் தகுதியான பிறருக்காகக் கேட்கிறாரே என்று ஆச்சரியப்பட்ட அன்னை “நீ கேட்க வேண்டும் நான் அள்ளிக் கொடுக்க வேண்டும், அதற்காகத்தானே காத்திருக்கிறேன்” என்று தன் சன்னதி முன் பொற்காசுகளை மழையாகப் பெய்வித்து, தேசிகரது பெருமையை உலகறியச் செய்தார்.

தேசிகரும் பக்கத்தில் இருந்த இளைஞனிடம் ‘அன்னை தருவதை சிந்தாமல் சிதறாமல் பெற்றுக்கொள்’ என்றாராம்.

இளைஞனும் உடனே மழையாகப் பொழிந்த அந்தப் பொற்காசுகளைத் தன் துண்டை விரித்து பிடித்துக் கொண்டானாம்.

இளைஞனின் திருமணமும் நடந்தது. தேசிகரின் பெருமையும் உலகத்துக்குப் புரிந்தது.

பல்லிகளுக்கு மோட்சம் அளித்த பரமன்

சிருங்கிபேரர் என்ற முனிவருக்கு ஹேமன், சுக்லன் என்று இரண்டு மகன்கள் இருந்தனர். இவர்கள் கௌதம முனிவரிடம் கல்வி பயின்றனர். இவர்கள் இருவரும் தம் குருவுக்கு, அவர் செய்யும் பூஜைக்குத் தேவையான பூக்கள், பழங்கள், தீர்த்தம் ஆகியவைகளைக் கொடுக்கும் பணிவிடைகளை மேற்கொண்டிருந்தனர்.

ஒருநாள் பூஜைக்குக் கொண்டு வந்த தீர்த்தத்தை வட்டிலில் மூடாமல் வைக்க, அதில் ஒரு பல்லி விழுந்து விட்டது. அதை அறியாமல் அந்தத் தீர்த்தத்தை அப்படியே கொண்டு வந்து கௌதம முனிவரிடம் அவர்கள் கொடுக்க, வாங்கிய முனிவரின் பாத்திரத்திலிருந்து பல்லி வெளியில் குதித்து ஓடியது.

இதனால் கோபமடைந்த கௌதம முனிவர், சேவையில் கவனக்குறைவாக இருந்தமைக்காக, அவர்கள் இருவரையும் பல்லிகளாகும்படி சாபமிட்டார். முனி குமாரர்கள் இருவரும் கௌதமரின் காலில் விழுந்து தங்களை மன்னித்து, சாபவிமோசனம் தரும்படிக் கேட்டனர்.

முனிவரும், 'இந்திரன் யானை வடிவம் கொண்டு (கஜேந்திரனாக) வரதனைத் தரிசிக்க இச்சன்னதியில் நுழையும் சமயத்தில் வரதரின் அருளால் உங்கள் சாபம் அகலும்' என்று கூறினார்.

சாபவிமோசனத்திற்காக இருவரும் இத்தலம் வந்து வழிபட்டனர். இந்திரன் வரதரைத் தரிசிக்க வந்த நேரத்தில் வரதரிடம் தங்களுக்கு சாபவிமோசனமும் முக்தியும் கொடுக்கும்படி வேண்டினர்.

பெருமாளும் அவர்களுக்கு சாபவிமோசனம் அளித்ததுடன், மோட்சமும் அருளி, 'உங்கள் ஆத்மா வைகுண்டம் செல்லும் அதே வேளையில், உங்களின் சரீரமானது பஞ்சலோகங்களால் என் பின்புறம் இருக்கும், என்னைத் தரிசிக்க வருபவர்கள், உங்களையும் தரிசித்து, சகல தோஷங்களும் நீங்கப் பெறுவார்கள். இதற்கு சூரியன், சந்திரன் இருவருமே சாட்சி என்று கூறி, அவர்களுக்கு மோட்சம் அளித்தார்.

அது முதலாய் இக்கோயிலுக்கு வருபவர்கள் மூலவருக்குப் பின்னால் தளத்தில் இருக்கும் இந்தத் தங்க வெள்ளி பல்லிகளைத் தங்கள் கைகளால் தொட்டு வணங்கி தோஷங்கள் நீங்கப் பெறுகின்றனர்.

அயோத்தி மன்னனான சகரனின் மகன் அசமஞ்சனும், அவன் மனைவியும் சாபம் ஒன்றினால் பல்லிகள் ஆயினர் என்றும், அதன் பிறகு உபமன்யு அறிவுரைப்படி இங்கு வந்து இந்த ஸ்ரீவரதராஜரைத் தரிசித்து அருள்பெற்றனர் என்றும், அவர்கள் நினைவாக அமைந்ததே இந்தப் பல்லி வடிவங்கள் என்றும் ஒரு கதை உண்டு

தோட்டாச்சாரியர் கண்ட கருட சேவை

சோளிங்கபுரத்தில் வாழ்ந்த தோட்டாச்சாரியர் என்பவர் வைகாசி மாதப் பிரம்மோற்சவத்தின் கருட சேவையைக்

காண காஞ்சிக்கு வருவதை வழக்கமாகக் கொண்டிருந்தார். ஒருமுறை கருடசேவையைக் காண்பதற்கு அவரால் காஞ்சிக்கு வரமுடியவில்லை. அதனால் சோளிங்கபுரத்தில் பிரம்ம தீர்த்தக் கரையில் நின்றவாறே வரதரின் கருடசேவையை நினைத்து நெஞ்சுருகினார்.

தோட்டாச்சாரியரின் பக்திக்கு மனம் நெகிழ்ந்த வரதர் தமது கருட சேவையை அவருக்கு சோளிங்கபுரத்திலேயே காட்டி அருளினாராம். இதன் நினைவாகவே இன்றும் காஞ்சியில் வைகாசி மாத கருட சேவையின்போது வரதரை சில நிமிடங்கள் குடையால் மறைப்பதை வழக்கமாகக் கொண்டுள்ளனர். குடையால் மறைக்கப்படும் அந்த நிமிடங்களில் வரதர் காஞ்சியிலிருந்து மறைந்து, சோளிங்கபுரத்தில் தோட்டாச்சாரியாருக்குக் காட்சி கொடுப்பதாக ஐதிகம்.

வேடராய் வந்து வழிகாட்டிய வரதர்

இராமானுஜர் மீது பொறாமை கொண்ட அவரது குருவான யாதவப் பிரகாசர் அவரை காசிக்கு அழைத்துச் சென்று கங்கையில் தள்ளிக் கொல்வதற்குத் திட்டம் தீட்டினார். ஆனால் குருவின் சதித்திட்டம் அவரது சித்தி மகன் கோவிந்தன் என்பவர் மூலம் ராமானுஜருக்குத் தெரியவந்தது. குருவிடமிருந்து தப்பித்த இராமானுஜர், உயிர் பிழைக்க திக்குத் தெரியாமல் ஓடினார்.

காஞ்சிக்கு வழி தெரியாமல் காட்டு வழியில் தனியே சென்றபோது வரதராஜரும், தாயாரும் வேடர் வடிவில் அவரிடம் வந்து, “வா! நாங்கள் உனக்கு காஞ்சிபுரம் செல்வதற்கு வழிகாட்டுகிறோம்” என்று தங்களுடன் அழைத்துச் சென்றனர்.

மாலையில், நடந்த களைப்பு தீர ஓர் அரச மரத்தின் அடியில் தங்கி ஓய்வெடுத்தனர். அப்போது களைப்பினால் வேடுவச்சி, தனக்குப் பருகுவதற்கு நல்ல தண்ணீர் வேண்டும் என்று கேட்க, அதற்கு வேடன், இன்னும் கொஞ்ச தூரம்

நடந்து சென்றால் நல்ல நீர் நிறைந்த கிணறு ஒன்று வரும், காலையில் அங்கு சென்று நீர் பருகலாம் என்று அவளைச் சமாதானம் செய்தார்.

தனக்கு பேருதவி புரிந்தவர்களின் ஆசையைத் தாமும் நிறைவேற்ற வேண்டும் என்று எண்ணிய இராமானுஜர், பொழுது புலர்ந்த வேளையில் சீக்கிரம் எழுந்து, வேடுவத் தம்பதிகளை எழுப்பி, கிணற்றின் பக்கம் அழைத்துச் சென்றார்.

கிணற்றில் நல்ல தண்ணீரைப் பார்த்த வரதராகிய வேடுவரும், "எங்களின் தாகத்தைத் தணித்துக் கொள்வதற்கு இந்தக் கிணற்றிலே இறங்கி எங்களுக்குத் தண்ணீர் எடுத்துத் தர வேண்டும்" என்று இராமானுஜரை வேண்டினார்.

இராமானுஜரும் கிணற்றில் இறங்கி தன் இரண்டு கைகளாலும் கிணற்று நீரை அள்ளி மூன்று முறை அவர்களுக்குத் தந்தார். வேடர்களான அவர்களும், அதனை மண்டியிட்டுப் பருகி மறைந்தனர்.

கிணற்றிலிருந்து மேலே வந்த இராமானுஜர் அவர்களைத் தேடிப்பார்த்தார். அவர்களைக் காணாமல் வருந்தினார். ஊர் வருவதற்குள் வழிகாட்டாமல் சென்று விட்டனரே என்று கவலைப்பட்டார். தாம் எங்கு இருக்கிறோம் என்பதைகூட அறியாமல் திகைத்தார்.

அப்பொழுது பொழுது நன்றாகப் புலர்ந்து விட்டதால் ஆள் நடமாட்டம் இருந்தது. அங்கு சென்றவர்களிடம் அது என்ன ஊர் என்று கேட்டார். அவர்களும் 'இது காஞ்சிபுரம், அதோ தெரிகிறதே அதுதான் பெருமாள் கோயில் புண்ணியகோடி விமானம், நீங்கள் இருப்பது சாலைக்கிணறு' என்று தெரிவித்தனர்.

தமக்கு பெருமாளே வேடுவராக காஞ்சிபுரம் வரை வந்து, வழிகாட்டி உதவி புரிந்ததை எண்ணி அவருக்கு நன்றி தெரிவித்தார் இராமானுஜர்.

பெருமாள் வேடுவராக வந்து நீர் பருகிய அந்த சாலைக்கிணறு காஞ்சிபுரத்திலிருந்து 4 கி.மீ. தூரத்தில் உள்ள செவிலிமேடு என்ற இடத்தில் இருக்கிறது.

பெருமாள் நீர் பருகிய இந்த நிகழ்ச்சி காரணமாகவே செவிலிமேடு சாலைக்கிணற்றிலிருந்து எடுத்த தீர்த்தத்தில், தினமும் காலை 6.00 மணிக்கு பெருமாளுக்குத் திருமஞ்சனம் செய்யப்படுகிறது.

மார்கழியில் ஏகாதசி சொர்க்க வாசல் விழா முடிந்த 12 ஆம் நாளில் பெருமாள், தாயார், இராமானுஜர் ஆகிய மூவரும் இந்த சாலைக்கிணற்றுக்கு எழுந்தருளும் சமயத்தில் பெருமாளின் பரிவட்டமும், மாலையும் ராமானுஜருக்கு அணிவிக்கப்படும்.

அங்கு பெருமாளுக்கு வேடர் அலங்காரம் செய்யப்பட்டு, ராமானுஜருக்குத் தீர்த்தம் கொடுக்கும் நிகழ்ச்சியும் நடைபெறும். அதன் பிறகு பெருமாளும், தாயாரும் கிழக்கு கோபுரம் அருகிலுள்ள இராமானுஜர் வாழ்ந்த வீட்டிற்கு எழுந்தருளுவர்.

வாதிட வந்தவரையே சீடராக்கிய வரதர்

ஒருமுறை யக்ஞமூர்த்தி என்பவர் ஸ்ரீராமானுஜரிடம் வாதிட வந்தார். பதினேழு நாட்கள் இடைவிடாது விவாதம் நடந்தது. 17 நாட்களும் ராமானுஜரால் யக்ஞமூர்த்தியை வாதிட்டு வெல்லமுடியவில்லை. தம்மால் வைணவத்துக்குக் களங்கம் ஏற்பட்டுவிடுமோ என்று கலங்கினார் இராமானுஜர். யக்ஞமூர்த்தியை வெல்வதற்கு தமக்கு ஒரு நல்ல வழியைக் காட்டும்படி காஞ்சி வரதரை வேண்டியபடியே அன்றிரவு கவலையுடன் உறங்கச் சென்றார்.

அன்றிரவு வரதர் இராமனுஜரின் கனவில் தோன்றி, "யாம் இருக்கிறோம் கவலைப்பட வேண்டாம்" என்று கூறி, ஆளவந்தாரின் மாயாவாத கண்டனத்தைக் கொண்டு வாதிட்டு யஞ்சமூர்த்தியை வெல்வாயாக என்று சொன்னார்.

மறுநாள் காலையில் தூக்கம் கலைந்து எழுந்த இராமானுஜர் நித்ய கர்மானுஷ்டானங்களை முடித்து விட்டு, பெருமாளின் கட்டளைப்படியே யக்ஞமூர்த்தியிடம் வாதிடச் சென்றார்.

தம்மை நோக்கித் தெளிவான முகத்துடன் கம்பீரமாக நடந்து வரும் இராமனுஜரின் நடையிலிருந்தே அவரின் நம்பிக்கையைத் தெரிந்து கொண்ட யக்ஞமூர்த்தி, வரதரின் கருணையால் இன்று தம்மை வெல்வதற்கான வழியை இராமானுஜர் தெரிந்து கொண்டார் என்பதையும் உணர்ந்து கொண்டார்.

தெய்வத்தின் முடிவு அதுதானென்றால் தாம் அடிபணிவதைத் தவிர வேறொன்றும் செய்ய முடியாதென்பதையும் உணர்ந்து கொண்டதால், தம்மை நோக்கி வந்த இராமானுஜரின் கால்களில் விழுந்து சரணடைந்ததுடன், அவரின் பெருமை தெரியாமல் அவரை வாதாட அழைத்ததற்காக மன்னிப்பும் கோரினார். அத்துடன் தம்மை அவரது சீடனாகவும் ஏற்று அருள் செய்ய வேண்டும் என்றும் கேட்டுக் கொண்டார்.

இராமானுஜரும் காஞ்சி வரதரின் அருளை எண்ணி மனதார வணங்கினார். தம்மிடம் வாதிட வந்தவரையே தமக்குச் சீடனாக்கிய வரதரின் கருணையை எண்ணி அவருக்கு நன்றி தெரிவித்து யக்ஞமூர்த்தியைத் தமது சீடராக ஏற்றுக் கொண்டார்.

கூரத்தாழ்வாருக்கு கண் கொடுத்த வரதர்

தனது குருவான இராமானுஜரைக் காக்க வேண்டி சோழ மன்னனிடம் தன்னுடைய கண்களை இழந்த கூரத்தாழ்வார், காஞ்சி வரதரிடம் ஸ்ரீ வரதராஜ ஸ்தவம் என்ற பாடலைப் பாடி கண்களைத் திரும்பவும் பெற்றுக் கொண்ட தலம் இது.

பக்தனிடம் பேசிய வரதர்

சென்னைக்கு அருகிலுள்ள பூவிருந்தவல்லியில் வசித்து வந்த கஜேந்திரதாசர் என்பவர் திருமாலின் மீது பக்தி கொண்டவராய்த் தமது நந்தவனத்தில் பூத்த பூக்களை மாலையாக்கி, நடந்தே காஞ்சிபுரம் சென்று வரதருக்கு மாலை அணிவித்து அழகு பார்த்தார்.

தொடர்ந்து அவரால் காஞ்சிபுரத்துக்கு நடந்து செல்ல முடியாத நிலையில் காஞ்சிபுரத்திலேயே தங்கி பெருமாளுக்குச் சேவை செய்ய ஆரம்பித்தார். தீயிலிருந்து வந்த பெருமாள் என்பதால் அவரைக் குளிர்விக்கவேண்டும் என்பதற்காக அவருக்கு ஆலவட்டம் என்னும் விசிறி வீசும் சேவையை செய்து வந்தார்.

கஜேந்திரரின் மேலான தூய பக்தியைக் கண்ட பெருமாள் அவருடன் நேருக்கு நேர் உரையாடி மகிழ்வித்தார்.

கச்சிப் பெருமாளுக்குச் சேவை செய்ததனால் வைணவர்கள் அவரைத் திருக்கச்சிநம்பி என்று அழைக்கத் தொடங்கினர்.

இப்படி பெருமாளுடனே பேசும் சக்திமிக்க திருக்கச்சி நம்பிக்கும் சீடரானார் அன்பர் ஒருவர். திருக்கச்சி நம்பிகள் தினமும் நீராடிவிட்டு வரும்போது அவருடைய திருவடிகள் பட்ட மண்ணைத் திருக்குலத்தைச் சேர்ந்த அன்பர் ஒருவர் தன் தலையிலும், உடலிலும் பூசி வந்தார்.

ஒருநாள் இதனைக் கண்ட நம்பிகள் ஏன் இப்படிச் செய்கிறீர் என்று அதற்கான காரணத்தை அவரிடம் கேட்க, அவரும், நீங்கள் தினமும் பெருமாளிடம் பேசுகிறீர்கள், அத்தகைய அருள் பெற்ற உங்கள் திருவடி மண்ணை நான் பூசிக்கொள்வதால் எனக்கு மோட்சம் கிடைக்கும் என்று நம்புகிறேன் என்றாராம்.

திருக்கச்சி நம்பிகள் இதைப் பற்றி வரதரிடம் கேட்க, பெருமாளும் அவனுக்கு நிச்சயம் மோட்சம் உண்டு என்று பதிலளித்தார். உடனே திருக்கச்சி நம்பிகளும், “அப்படியானால் அடியேனுக்கும் அதுதானே” என்று ஆவலுடன் கேட்டார்.

அது எப்படி முடியும்? நீர் விசிறி வீசினீர், நான் பேசினேன், அதற்கும், இதற்கும் சரியாயிற்று என்று பதில் சொன்னார். “அப்படியானால் நான் முக்தி அடைய என்ன வழி?” என்று கேட்க, பெருமாளும், ‘குரு பக்தியோடு சேவை செய்து பாகவத அபிமானம் பெற்றால் மட்டுமே வைகுண்டம் போகமுடியும்’ என்று பதில் கூறுகிறார்.

மறுநாளே குரு ஒருவருக்குச் சேவை செய்யும் எண்ணத்தில் திருவரங்கத்திற்குக் கிளம்பிச் சென்று, அங்கு குருவாக இருந்த திருக்கோட்டியூர் நம்பியிடம் மாறுவேடமிட்டு மாடு மேய்க்கும் பணியாளாகச் சேர்ந்து விட்டார்.

ஒருநாள் கடுமையாகப் பெய்த மழையில் மாடுகள் நனைந்து விடவே தனது ஆடையை அவைகளுக்குப்

போர்த்திவிட்டு அவைகளுடனே தொழுவத்தில் படுத்துக் கொண்டார் திருக்கச்சி நம்பி.

இதனைக் கண்ட திருக்கோட்டியூர் நம்பி அதற்கான காரணத்தை அவரிடம் கேட்க, மழையில் நனைந்தால் பசுவுக்குச் சீதளம் பிடிக்கும் என்றும், அதன் பாலைப் பருகும் அவருக்கும் சீதளம் உண்டாகும் என்றும், அதனால்தான் இப்படிச் செய்தேன் என்றும் பதிலளித்தார்.

திருக்கோட்டியூர் நம்பிக்கு மாடு மேய்ப்பவனாக வந்திருப்பவர் யாரென்பது தெரிந்து விட்டது. மகிழ்ச்சியுடன் அவரைச் சீடராக ஏற்று ஆசிர்வதித்தார்.

திருக்கச்சி நம்பியின் நற்குணங்களைப் பார்த்த இராமானுஜர் தன்னை அவரது சீடராக ஏற்கவேண்டும் என்று அவரிடம் கேட்க, அதற்கு திருக்கச்சி நம்பிகளும் இராமானுஜர் மனைவியுடன் சேர்ந்து வாழும் இல்லற நிலையைக் குறிப்பிட்டு வர்ணாசிரம தர்மத்துக்கு அது ஒத்து வராது என்று கூறி மறுத்து விட்டார்.

ஆனாலும் எப்படியாவது திருக்கச்சி நம்பிகளின் ஆசி தனக்குக் கிடைக்க வேண்டும் என்று நினைத்த

இராமானுஜருக்கு ஓர் எண்ணம் தோன்றியது, திருக்கச்சி நம்பி சாப்பிட்ட மிச்சத்தை பிரசாதமாகத் தான் சாப்பிடுகிற வாய்ப்புக் கிடைத்தால் அது பெரும் பாக்கியம் என்று நினைத்தார். அதற்காக திருக்கச்சி நம்பிகளைத் தன் வீட்டிற்கு விருந்துக்கு அழைக்க அவரும் சம்மதித்தார்.

இராமானுஜர் தன் மனைவியிடம் விருந்துக்கு உணவு தயாரிக்கச் சொல்லி, திருக்கச்சிக்காகக் காத்திருந்தார். நேரம் ஆகிவிடவே தாமே நேரில் சென்று அழைத்து வரலாம் என்று கிளம்பினார். இவர் கிளம்பிய வேளையில் நம்பியும் வேறு வழியாக இவர் வீட்டுக்கு வந்து கொண்டிருந்தார். இராமானுஜருக்கு முன்பே அவரது வீட்டை அடைந்த திருக்கச்சி நம்பி, இராமானுஜருக்காகக் காத்திருந்தார். ஆனாலும் இராமானுஜர் சீக்கிரமாக வீடு திரும்பவில்லை

திருக்கச்சி நம்பிக்கு இராமானுஜர் வரும்வரை காத்திருக்கப் பொறுமை இல்லை. அவருக்குக் கோயிலில் வேலை இருந்தது. ஆகவே இராமானுஜர் வரும் வரை காத்திராமல் அவரது வீட்டுத் திண்ணையிலேயே உட்கார்ந்து சாப்பிட்டு விட்டுச் சென்று விடுகிறார்.

அவர் சென்றபின் இராமானுஜரின் மனைவி அவர் சாப்பிட்ட இலையை ஒரு குச்சியால் தள்ளிவிட்டு அவர் சாப்பிட்ட இடத்தை சாணம் போட்டு மெழுகிவிட்டுத் தானும் குளித்து விடுகிறாள். திரும்பி வந்த இராமானுஜர் தனது மனைவி செய்த செயலைக் கண்டு வருந்துகிறார். அவர் சாப்பிட்டு விட்டு மீதியாக விட்டுச் சென்ற ஏதாவது இருக்கிறதா? என்று கேட்க. அதற்கு அவர் மனைவி ‘கீழ் சாதியைச் சேர்ந்தவர் சாப்பிட்ட மிச்சத்தை இங்கே யார் சாப்பிடுவது. பிச்சைக்காரர்களுக்குப் போட்டு விட்டேன்’ என்று பதில் சொல்லுகிறார்.

ஒரு நல்ல பக்தரான திருக்கச்சி நம்பி சாப்பிட்ட மீதியைச் சாப்பிடுகிற பாக்கியம் தனக்குக் கிடைக்காமல் போய்விட்டதே என்று மனம் வருந்துகிறார் இராமானுஜர். இராமானுஜர் காலத்தில் அவருக்கு ஏற்பட்ட இந்தக் குறையைப் போக்க உற்சவத்தின்போது ஸ்ரீரங்கம் பெருமாள் அமுது செய்தருளியபின் ஆழ்வார்கள், ஆச்சாரியர்களுக்கு

சமர்ப்பிக்கப்படும் நைவேத்தியம் பண்ணிய அமுதை திருக்கச்சிக்கு நைவேத்தியம் செய்த பிறகு இராமானுஜருக்கு சமர்ப்பிக்கப்படும் வழக்கமும் இருக்கிறது.

இராமானுஜர் திருக்கச்சி நம்பி மூலம் ஆறு கேள்விகளை பெருமாளிடம் கேட்க, அவற்றுக்கு பெருமாள் அளித்த பதில்கள்தான் ராமானுஜர் தோற்றுவித்த விசிஷ்டாத்வைத்துக்கு அடிப்படையாய் அமைந்தன. ராமானுஜ தரிசனம் என்று அழைக்கப்படும் ஸ்ரீ வைணவ சம்பிரதாயம் உருவானதில் வரதரின் பங்களிப்பும் உண்டு.

திருவரங்கத்தில் பெருமாளுக்கு ஆலவட்டம் வீசும் பணியை மேற்கொண்ட திருக்கச்சி நம்பியிடம் எனக்கு இங்கே காவிரிக்கரைக் காற்று சுகமாகக் கிடைக்கிறது. ஆகவே திருமலைக்குச் சென்று அங்கு எனக்கு ஆலவட்டம் வீசு என்று ஆணையிட்டார்.

ரங்கநாதரின் ஆணைப்படியே திருப்பதி சென்று திருமலையில் ஆலவட்ட கைங்கரியம் செய்த திருக்கச்சி நம்பியிடம் 'எனக்கு எதற்கு இங்கே விசிறி, மலைக்காற்றுதான் சுகமாக வீசுகிறதே. ஆகவே காஞ்சிபுரம் சென்று வரதராஜருக்கு இந்த சேவையைச் செய்' என்று அனுப்பி வைத்தார்.

பகவானின் கட்டளையை நிறைவேற்ற காஞ்சிபுரம் சென்றார் நம்பி. தனது சொந்த ஊரான பூந்தமல்லியில் சென்று தங்கிய திருக்ச்சி நம்பி பழையபடியே தினமும் காஞ் சிபுரம் சென்று வரதருக்கு புஷ்ப கைங்கரியமும் ஆலவட்டம் விசும் பணியையும் செய்து வந்தார். முதுமை வந்த பிறகு அவரால் நடக்க முடியவில்லை. இருப்பினும் முழங்காலால் தவழ்ந்து கொண்டே பெருமாளின் சேவைக்காக தினமும் காஞ்சிபுரம் சென்று வந்தார்.

அவரது வைராக்கியத்தைக் கண்ட வரதர் அவருடைய இல்லத்திலேயே வைணவ திவ்விய தேசங்களில் முதன்மையாகப் போற்றப்படும் திருவரங்கம், திருமலை, திருக்கச்சி (காஞ்சிபுரம்) ஆகிய தலங்களில் உறைகின்ற தம்முடைய காட்சியையும் கொடுத்து, முக்தியும் அருளினார். அந்த முக்தி தலமே இன்று பூந்தமல்லி பேருந்து நிலையம் அருகில் திருக்கச்சி நம்பிகள்

சமேத வரதராஜப் பெருமாள் கோயில் (ஆதிகேசவப்பெருமாள் கோயில்) என்று வழிபாட்டில் இருக்கிறது.

இக்கோயிலில் உள்ள திருப்பதி வெங்கடேசர், திருவரங்கம் ரங்கநாதர், காஞ்சி வரதர் ஆகிய மூவருக்கும் தனித்தனியே பிரம்மோற்சவம் நடத்தப்படுகிறது. பங்குனியில் வரும் ஒரு ஞாயிறன்று மூவரும் திருக்கச்சி நம்பிக்கு கருடசேவை காட்சி தருவர்.

மாசி மாதத்தில் நடைபெறும் திருக்கச்சி நம்பியின் அவதார விழாவில் காஞ்சி வரதராஜர் கோயிலில் இருந்து மாலை, பரிவட்டம், பட்டு இங்கு வரும். அன்று வரதராஜர் இவரது சன்னதி முன் எழுந்தருள்வார். அப்போது நம்பி இயற்றிய தேவராஜ அஷ்டகம் பாடி விசேஷ பூஜை செய்வர்.

அன்னியருக்கும் அருள் செய்த வரதர்

ஆங்கிலேயர் ஆட்சிக் காலத்தில் இந்தியாவில் பிரிட்டிஷ் சாமராஜ்யத்தை நிறுவியவர் என்று புகழப்படுபவர் இராபர்ட் கிளைவ். ஆற்காட்டு முற்றுகையின்போது காஞ்சிபுரத்துக்கு படைகளுடன் வந்த கிளைவ்க்கு திடீரென உடல் நலம் குன்றியது. கடுமையான காய்ச்சலும் உடல் சோர்வும் அவரைப் படுக்கையில் வீழ்த்தியது. எழுந்திருக்கக்கூட முடியாத நிலையில் சோர்ந்திருந்தார்.

எப்போதும் அவருடன் வரும் ஆங்கிலேய மருத்துவர்கள் அவருக்குத் தீவிரமாகச் சிகிச்சையளித்தனர். ஆனால் நோய் எதற்கும் அசைந்து கொடுக்கவில்லை. பகலிலிருந்த உடல்வலி இரவில் அதிகமாகியது. உடல் அனலாய்த் தகித்தது. மருத்துவர்கள் திகைத்தனர். நள்ளிரவில் உடல்நலம் மிக மோசமாகியது.

கிளைவின் நோயும், மோசமான உடல் நிலையும் வெளியே செய்திகளாகப் பரவின. தம்மை அடிமையாக்கி ஆள்பவர் என்ற உள்ளக் கொதிப்பு ஒருபுறமிருந்தாலும் தமிழ் மண்ணுக்கே உரிய மனித நேயம் அவருக்கு உதவி செய்ய வைத்தது. அவருக்காக அன்பர்கள் வரதராஜரிடம் முறையிட்டனர்.

கோயில் பட்டர்களும் எந்த நோயையும் போக்கும் வரதரின் துளசி தீர்த்தத்தை செப்பு தீர்த்த வட்டிலில் கொண்டு சென்றனர். அதை கிளைவிடம் தந்து வரதராஜப் பெருமாளை வணங்கிப் பருகுமாறு கேட்டுக் கொண்டனர்.

நோய்க்கு மருந்து தருவார்கள் என்று பார்த்தால் இவர்கள் பருகுவதற்கு துளசி சேர்த்த குளிர்ந்த தண்ணீரைத் தருகிறார்களே! இதுவோ நோய் தீர்க்கும் மருந்து?

கிளைவ் தன் மருத்துவர்களைப் பார்த்தான்

அவர்கள் தலை குனிந்து, இதற்குமேல் தங்கள் சிகிச்சை ஏதுமில்லை என்று தங்கள் தோல்வியை ஒப்புக்கொண்டதுடன், பட்டர்களின் சிகிச்சைக்கும் மௌனமாக இசைவு தெரிவித்தனர்.

நீரில் தத்தளிப்பவர் கையில் கிடைத்த எதையாவது பிடித்துக் கொண்டு கரைசேர முயற்சிப்பார்களே, அப்படிப்பட்ட நிலையில்தான் கிளைவ் இருந்தான். தம் நோய் தீர எந்த வழியும் இல்லாத நிலையில், இந்த

ஒருவழியையும் முயற்சித்துப் பார்ப்போம் என்று பட்டர்கள் கொடுத்த பெருமாளின் பிரசாதமாகிய துளசித் தீர்த்தத்தை, நோய் தீர்க்கும் மருந்தாக நம்பிக்கையுடன் அருந்தினான்.

வரதரின் தீர்த்த பிரசாதம் கிளைவின் உடல் வலியைக் குறைத்தது. காய்ச்சலைப் போக்கியது. நிம்மதியான உறக்கத்தையும் தந்தது.

விடிந்தபின் காய்ச்சலும், உடல் வலியும் மறைந்துபோக பழைய உற்சாகத்துடன் எழுந்து நடமாட ஆரம்பித்தான்.

நம்மை அடிமைப்படுத்தி ஆளவந்த அன்னியருக்கும் அருள் புரிந்த வரதரின் கருணையை என்னென்பது!.

காஞ்சி வரதரின் மகிமை அன்னியனான கிளைவ்க்குப் புரிந்தது. தன்னைக் கடும் நோயிலிருந்து மீட்ட பெருமாளுக்குத் தன்னிடமிருந்த விலையுயர்ந்த மகரக்கண்டி என்னும் நகையைக் காணிக்கையாகத் தந்தான்.

விழாக்காலங்களில் வீதி உலா நடைபெறும்பொழுது கிளைவ் அளித்த மகரக்கண்டியை பெருமாள் அணிந்து வருவது சிறப்பு அலங்காரமாகக் கருதப்படுகிறது.

தங்கக் கொண்டையை காணிக்கையாகப் பெற்ற வரதர்

பெருமாள் அணிந்திருக்கும் தங்கக் கொண்டை மிகவும் பிரசித்தி பெற்றது.

19 ஆம் நூற்றாண்டில் வேங்கடாத்திரி என்ற பக்தர் காஞ்சிப் பெருமாளுக்கு காணிக்கையாக அளித்த பரிசு தான் இந்தத் தங்கக் கொண்டை.

வேங்கடாத்திரி என்ற தெலுங்கு வைணவர் திருவரங்கத்திலுள்ள பெருமாளுக்குச் சில ஆபரணங்களைக் காணிக்கையாகச் செய்து அளித்தார். காஞ்சிபுரம் வந்த அவர் ஸ்ரீ வரதராஜரின் அழகு வடிவத்தைக் கண்டு அவருக்கு தங்கக் கொண்டை ஒன்றை காணிக்கையாக அளிக்க விரும்பினார். அதற்கான போதிய பணம் இல்லாததால் யாசகம் செய்து பொருள் சேர்த்தார்.

தங்கக்கொண்டையும் தயாரானது. மணிமுடி செய்து முடிக்கும் சமயத்தில் ஒரு சோதனை! ஆபரணத்தின் நடுவில் பதிக்க வேண்டிய எமரால்டு கற்களைக் காணவில்லை என்று ஒரு தகவல்.

எங்கே அந்த ஆபரணக்கற்கள்?

தொலைந்து விட்டது என்று வாய்கூசாமல் சொன்னான் நகை செய்யும் தொழிலாளி. ஆனால் விசாரித்துப் பார்த்ததில் அவைகளைத் தஞ்சாவூரிலிருக்கும் தன் ஆசை நாயகியான நடன மாது ஒருத்தியிடம் கொடுத்து விட்டான் என்பது தெரிய வந்தது.

இதைக் கேள்விப்பட்ட வெங்கடாத்திரி தஞ்சை சென்று நடன மாதைச் சந்தித்து, தாம் செய்து கொண்டிருக்கும் தெய்வக் கைங்கரியத்தைச் சொல்லி, தவறுதலாக வந்த அந்தக் கற்களை மணிமுடியில் பதிப்பதற்குத் திருப்பி தருமாறு கேட்டார்.

ஆனால் நடனமாதோ அவைகளைத் திருப்பித் தருவதற்கு மறுத்து விட்டாள்.

வெங்கடாத்திரியும் விடவில்லை, அவள் வீட்டு வாயிலில் உண்ணாவிரதம் இருந்து எமாரால்டு அலங்காரக் கற்களைப் பெற்று வந்து தங்கக் கொண்டையைச் செய்துமுடித்து பெருமாளுக்கு அணிவித்தார்.

வேங்கடாத்திரியின் காணிக்கையால் மகிழ்ச்சி அடைந்த பெருமாள் அன்றிரவு அவரது கனவில் தோன்றி, தம்முடைய தேவியர் இருவருக்கும் அதே போன்ற தங்கக் கொண்டைகளை அளிக்க வேண்டும் என்று கேட்க, பெருமாள் கேட்டு விட்டாரே என்பதற்காக மறுபடியும் யாசகம் செய்து பெருமாளின் தேவியர்களுக்கு விலையுயர்ந்த கொண்டைகளைச் செய்து காணிக்கையாக்கினாராம்.

காணிக்கைகளாய் வந்த அணிக்கொடைகள்

வேதாந்த தேசிகர் எழுதிய அடைக்கலப்பத்து என்ற நூலின் பாசுரங்களை கோயிலார் வெள்ளித்தகடுகளில் பதித்து வரதராஜருக்கு மாலையாக அணிவித்துள்ளனர்.

வேங்கட கவி என்று அழைக்கப்படும் வேங்கடாத்திரி என்ற பக்தர் பெருமாளுக்கும், உபயநச்சியார்களுக்கும் மரகதக்கற்கள் பதித்த தங்கக் கொண்டையை அளித்து மகிழ்ந்திருக்கிறார்.

இராபர்ட் கிளைவ் தம் நோய் தீர்த்தமைக்காக வரதரை வழிபட்டு அவருக்கு மகர கண்டி என்னும் கழுத்தில் அணியும் ஒரு விலையுயர்ந்த ஆபரணத்தைக் காணிக்கையாக்கினார்.

ஒரு பிரம்மோற்சவத்தின் போது பெருமாளைத் தரிசித்த கிளைவ் பெருமாளின் அழகிய தோற்றத்தில் மனம் மகிழ்ந்து தன் மனைவியின் தங்கச் சங்கிலியைப் பெருமாளுக்கு அணிவித்து மகிழ்ந்தாராம்.

கருடசேவையின்போது பெருமாளுக்கு இந்தச் சங்கிலி சிறப்பு அணிகலனாக அணிவிக்கப்படுகிறது.

பிளேஸ் துரை என்ற ஆங்கிலேய ஆட்சியர், தலையில் அணியும் தங்க ஆபரணத்தை வரதருக்குக் காணிக்கையாக்கி இருக்கிறார்.

●●●

7. அத்தி வரதர் அறிமுகம்

கிருதயுகத்தில் விஸ்வகர்மா அத்தி மரத்தால் செய்த நான்கு மூர்த்தங்களில் இக்கோயிலின் மூலவரும் ஒருவர் என்று கூறப்படுகிறது. கி.பி 16 ஆம் நூற்றாண்டுவரை அத்திமரத்தால் செய்யப்பட்ட இந்த வரதரே மூலவராக நின்று தரிசனம் தந்தார் என்கிறது தலவரலாறு.

அதற்கு ஒரு புராண வரலாறு சொல்லப்படுகிறது.

ஒரு முறை திருமகள், கலைமகள் இருவருக்குமிடையே, தங்களில் யார் பெரியவர் என்ற தர்க்கம் எழுந்தது. இருவரும் பிரம்மாவிடம் சென்று தங்களது சந்தேகத்தைத் தீர்க்குமாறு வேண்டினர்.

லட்சுமியே சிறந்தவள் என்று தீர்ப்பு சொன்னார் பிரம்மா. இதனால் கோபம் கொண்ட கலைமகள் பிரம்மாவின் சிருஷ்டி தண்டத்தைப் பறித்ததுடன் அவரை விட்டும் பிரிந்து சென்றுவிட்டாள்.

சிருஷ்டி தண்டம் இல்லாததால், படைப்புத் தொழில் ஸ்தம்பித்தது. பிரம்மா செய்வதறியாது

மகாவிஷ்ணுவைக் குறித்து தவம் இருந்தார். மகாவிஷ்ணு, சிருஷ்டி தண்டம் வேண்டுமென்றால் நூறு அஸ்வமேத யாகம் செய்ய வேண்டும், இல்லையென்றால் ஒன்றுக்கு நூறாகப் பலன் தரும் திவ்யத் தலமான காஞ்சிக்குச் சென்று அங்கு ஒருமுறை அஸ்வமேத யாகம் செய்ய வேண்டும் என்று அருளி மறைந்தார்.

விஷ்ணு சொன்னபடியே காஞ்சியில் அஸ்வமேத யாகத்தைத் துவக்கினார் பிரம்மா. ஆனால் பத்தினி இல்லாமல் செய்யும் யாகம் பூர்த்தியடையாது என்பதால் வியாசரை அழைத்து சரஸ்வதியை யாகத்துக்கு அழைத்து வரக் கட்டளையிட்டார் பிரம்மா.

ஆனால் பிரம்மா வந்து நேரிடையாக அழைக்காததால் சரஸ்வதி யாகத்துக்கு வர மறுத்து விட்டார். பிரம்மாவோ சரஸ்வதியை அலட்சியப்படுத்தி, சரஸ்வதி வரவில்லையென்றால் என்ன என்று, தன்னுடைய மற்ற மனைவிகளான காயத்ரி மற்றும் சாவித்ரி தேவியுடன் யாகத்தைத் துவங்கி விட்டார்.

தன்னை அலட்சியப்படுத்தியதால் அதிகக் கோபம் கொண்ட சரஸ்வதி பிரம்மாவின் யாகத்தைத் தடுக்குமாறு அக்கினி, அசுரர்களை ஏவினாள்.

அசுரர்கள் பிரம்மாவின் யாகத்தைத் தடுப்பதற்காகக் காஞ் சிபுரத்தையே இருளில் மூழ்கும்படிச் செய்தனர்

பிரம்மா தனக்கு வழிகாட்டும்படித் திருமாலிடம் வேண்டினார். அப்போது காஞ்சியில் விளக்கொளிப் பெருமாள் என்ற பெயரில் திருமால் வந்து காட்சியளித்தார். பிரம்மாவின் யாகம் தொடர்ந்தது.

இதனால் மேலும் கோபம் கொண்ட சரஸ்வதி ஒரு கொடிய அரக்கர் கூட்டத்தைப் படைத்து யாகத்தை அழிப்பதற்கு அனுப்பினாள். சரஸ்வதிதேவி அனுப்பிய அரக்கர்களை திருமால் அழித்து, யாகத்தைக் காத்தார். இதனால் அவரின் உடல் முழுதும் ரத்தத்தால் பவளம்போல் சிவந்து காணப்பட்டது. இப்படி சிவந்த மேனி கொண்ட பெருமாள் ‘பவள வண்ண பெருமாள்’ என்று அழைக்கப்பட்டார்.

பிரம்மாவின் செயலால் வெகுண்டெழுந்த சரஸ்வதிதேவி, வேகவதி என்னும் நதியாக மாறி பிரம்மாவின் யாகசாலையை மூழ்கடிப்பதற்காக வேகமாகப் புறப்பட்டு வந்தாள்.

பிரம்மா மறுபடியும் திருமாலைச் சரணடைந்தார்.

வேகவதியாய் பாய்ந்து வந்த நதியை வழிமறித்து, தம் கைகால்களைப் பரப்பி குறுக்காகப் படுத்துக் கொண்டார் மகாவிஷ்ணு.

சரஸ்வதியான வேகவதி ஆறு அங்கேயே தடுத்து நிறுத்தப்பட்டது. வெட்கம் அடைந்த சரஸ்வதி அந்தர் வாகினியாக பூமிக்குள் மறைந்தாள்.

யாகம் இனிதே நிறைவுற்றது.

யாகத்தில் ஜோதிப்பிழம்பாகத் தோன்றிய பெருமாள், சிருஷ்டி தண்டத்தை பிரம்மனுக்குத் தந்தருளினார்.

பிரம்மா மேற்கொண்ட அந்த வேள்வி, சித்திரை மாதம் வளர்பிறை சதுர்த்தசியில் ஹஸ்த நட்சத்திரத்தில் ஞாயிற்றுக் கிழமையன்று இனிதே நிறைவு பெற்றது. முதலில் யாக வேள்வியில் இருந்து பதினாறு கைகளுடன் சங்கு சக்கரம் தாங்கியபடி சுதர்சன ஆழ்வார் தோன்றினார். அவர்தான் பின்னர் இந்தக் கோயிலின் பிரதான மூர்த்தி.

கிருத யுகத்தில் பிரம்மதேவர் தான் தரிசித்த நாராயணருடைய திருவடிவத்தை வடிக்குமாறு தேவலோக சிற்பியான விஸ்வகர்மாவிடம் சொல்ல, அவரும் நாராயணருடைய வடிவத்தை வரதராக அத்தி மரத்தில் வடிக்க, பிரம்ம தேவர்

காஞ்சியில் அதனைப் பிரதிட்டை செய்தார். ஆரம்பகால வரதராஜப் பெருமாள் கோயிலின் மூலவர் இவர்தான். இவரையே மூல விக்கிரகமாக 16 ஆம் நூற்றாண்டு வரை வழிபடப்பட்டு வந்தார்.

●●●

8. வரதர் திருக்குளத்துக்குள் ஏன் சென்றார்?

பிரம்மன் வழிபட்ட அத்தி வரதரை ஏன் திருக்குளத்தில் நீருக்குள் அவர் ஒளித்து வைக்க வேண்டும்? இதை வரதனின் விளையாட்டு என்றுதான் சொல்ல வேண்டும்.

பிரம்மா விஸ்வகர்மா செய்த அத்தி மரத்தால் ஆன வரதராஜப் பெருமாளை முன் நிறுத்தி மீண்டும் ஒரு யாகத்தைச் செய்யத் துவங்கினான். அப்போது யாகத்தின் நெருப்பு பெருமாள் சிலையைப் பாதித்தது. இதனால் செய்வதறியாது தவித்த பிரமன், தன் தவறை உணர்ந்து என்ன செய்வது எனத் திருமாலை வேண்டி நின்றான்.

பெருமாள் அசரீரியாய், நெருப்பால் பின்னமான தன் திருமேனியை வெள்ளிப் பேழையில் வைத்து அனந்தசரசில் அமிழ்த்து வைக்குமாறு தெரிவித்தாராம். வரதனின் கட்டளைப்படியே அனந்தசரசில் வரதரை வைத்த பிரம்மா, அதனை 40 ஆண்டுகள் கழித்து வெளியே எடுத்து வைத்து சிறப்பு பூஜை செய்தாராம்.

அந்த நடைமுறைப்படியே இன்றும் 40 ஆண்டுகளுக்கு ஒருமுறை வரதரை வெளியே எடுத்து ஒரு மண்டல காலம் (48 நாட்கள்) சிறப்பு வழிபாடுகள் செய்யப்படுவதாகக் கூறப்படுகிறது.

வரதர் குளத்திற்குச் சென்றதற்கான வரலாறு இப்படியும் கூறப்படுகிறது

கருவறையில் இருந்த வரதரை அர்ச்சகர் அபிஷேகம் செய்யும் போது அவர் மேனி முழுவதும் நெருப்பாய் தகித்ததாம். பெருமாளின் உடல் மாற்றத்துக்கான காரணம் அறியாமல் அர்ச்சகர் திகைத்தார். அன்றிரவு அர்ச்சகரின் கனவில் தோன்றிய வரதர் "யாகத் தீயால் என் உடல் எப்போதும் வெப்பத்தால் தகிக்கிறது, எனவே எனக்குத் தினமும் நூறு குடங்களில் நீர் கொணர்ந்து திருமஞ்சனம் செய், அது இயலாவிடில் எம்மை நிரந்தரமாக அனந்த சரஸ் திருக்குளத்தில் எழுந்தருளச் செய்" என்று பணித்தார்.

அர்ச்சகரும் தினமும் நூறு குடங்களில் நீர் கொணர்ந்து அபிடேகம் செய்வது என்பது சிரமம் என்பதால் அத்தி வரதரைத் திருக்குளத்திலேயே பிரதிட்டை செய்யத் தீர்மானித்தார். அதன்படி ஒரு வெள்ளிப் பேழையில் வைத்து அவரை நீருக்குள் பிரதிட்டை செய்தார்.

அர்ச்சகரின் செயலால் இப்போது கருவறையில் மூலவர் இல்லை. புதிய மூலவருக்கு எங்கே போவது? என்று கவலைப்பட்ட அர்ச்சகரின் கனவில், அத்தி வரதர் தோன்றி, பழைய சீவரம் என்ற தலத்தில் தன்னைப் போன்றே மற்றொரு வரதர் இருப்பதாகக்கூறி, அவரைக் கொண்டு

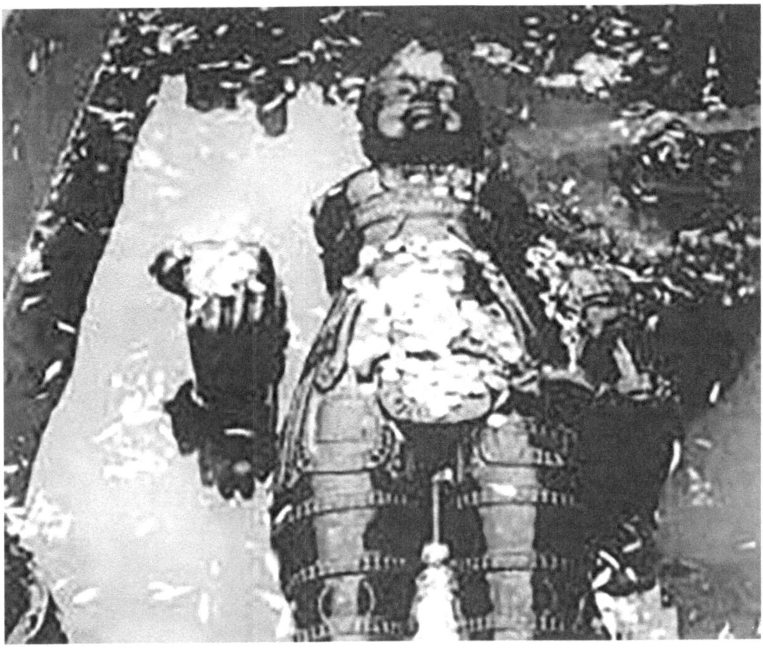

வந்து கருவறையில் எழுந்தருளச் செய்யும்படி தெரிவித்தார். அத்துடன் நீருக்குள் இருக்கும் தன்னை 40 ஆண்டுகளுக்கு ஒருமுறை வெளியே கொண்டுவந்து ஒரு மண்டலம் (48 நாட்கள்) ஆராதித்த பிறகு மீண்டும் நீருக்குள்ளேயே வைக்க வேண்டும் என்றும் ஆணையிட்டாராம்.

எந்தத் தலைமுறையினருக்கும் தன்னைத் தரிசிக்கும் வாய்ப்பு கிடைக்காமல் போய்விடக்கூடாது என்பதற்காகவே 40 ஆண்டுகள் என்ற கணக்கைச் சொன்னாராம் வரதர்.

கருவறையில் தற்போது காணப்படும் புதிய மூலவர் பழைய சீவரம் கோயிலிலிருந்து கொண்டுவரப்பட்ட தேவாராஜப் பெருமாள் ஆவார்.

●●●

9. நாற்பதாண்டுக் காலம் ஜலவாசம்

வரதராஜர் 40 ஆண்டுக் காலம் ஜலவாசம் செய்வதற்கான காரணம்.

புராணக் கூற்றுப்படி பெருமாள் வேள்வித் தீயின் வெப்பந் தாளாமல் தீர்த்த குளத்தினுள் ஜலவாசம் செய்யச் சென்றதாகக் கூறப்படுகிறது.

பிரம்மாவினால் உருவாக்கப்பட்டதாகக் கூறப்படும் வரதரின் அத்திமரத் திருமேனி பிரம்மாவின் யாகத்தின்போது, வேள்வித் தீயினால் பின்னப்பட்டுப் போனதால் வரதரின் கட்டளைப்படியே அனந்த சரஸ் தீர்த்தக்குளத்தில் மூழ்குமாறு வைக்கப்பட்டது என்று சொல்லப்படுகிறது.

வரலாற்றாசிரியர்களின் குறிப்பின்படி முஸ்லீம்களின் படையெடுப்புகளின் போது அவர்களிடமிருந்து மூலவரின் திருஉருவத்தைக் காப்பாற்றும்பொருட்டு அத்தி வரதரைத் திருக்குளத்தில் மறைத்து வைக்கப்பட்டதாகக் கூறப்படுகிறது.

எது எப்படியோ காஞ்சிபுரம் கோயிலின் பழைய மூலவர் திருக்குளத்து நீரில் மறைத்து வைக்கப்பட்டார் என்பதுதான் உண்மை.

இப்படி கோயிலின் மூலவரைக் குளத்தினுள் மறைத்து வைத்த விஷயம் அக்கோயிலின் தர்மகர்த்தாவாக இருந்த தாத்தாச்சாரியார் குடும்பத்துக்கு மட்டுமே தெரிந்த இரகசியமாயிருந்தது.

நாட்டில் போர் சூழல் முடிந்து, அமைதி திரும்பிய வேளையில், அத்தி வரதரின் மறைவிடத்தை அறிந்தவர்களான தாத்தாச்சாரியாரின் குடும்பத்து இரு சகோதரர்களும் இறந்து விட்டிருந்தனர். அதனால் மூலவரான அத்தி வரதர் இருக்குமிடம் யாரும் தெரியாத ரகசியமாயிற்று.

ஆனாலும் தத்தாசாரியரின் குடும்பத்து வாரிசுகள் அத்தி வரதரைத் தேடும் முயற்சியைக் கைவிட்டார்களில்லை. இறந்த சகோதரர்களின் இரு மகன்களும் வரதரைத் தேடும் முயற்சியில் முழு மூச்சாக இறங்கினர்.

மூலவர் இல்லாமல் பூஜைகளின்றி பாழடைந்திருக்கும் கோயிலில் மீண்டும் மூலவரை அமைத்து வழிபாடு செய்வதில் உறுதியாயிருந்தனர். ஒரு மத்துவரின் உதவியோடு உடையார்பாளையம் ஜமீனில் மறைத்து வைக்கப்பட்டிருந்த வரதராஜப்பெருமாள் உற்சவரைக் கண்டு பிடித்து கோவிலில் வைத்து பூஜைகளைத் தொடங்கினர்.

ஆயினும் மூலவர் அத்தி வரதர் கிடைத்தபாடில்லை, அதனால் கோயில் அதிகாரிகள் கருவறைக்கு மூலவரைத் தேடி அலைந்தனர். காஞ்சிக்கு 30 கிலோமீட்டர் தொலைவிலுள்ள பழைய சீவரம் என்னும் ஊரில் பத்மகிரி என்னும் மலையின் மீது குடிகொண்டுள்ள தேவராஜா சுவாமி என்னும் பெருமாள் பார்வைக்கு காஞ்சியின் அத்திவரதர் போலவே இருந்ததால் அவரை எடுத்து வந்து அத்தி வரதரின் மூலமூர்த்தி இருந்த இடத்தில் பிரதிட்டை செய்து வழிபடத் தொடங்கினர்.

பெருமாள் இல்லாத கருவறையின் காலக்கெடு முடிந்தது போலும். மூலவர் இல்லாததனால் 40 வருடங்களாக வழிபாடில்லாமலிருந்த கோயிலில் மீண்டும் வழிபாடு தொடங்கியது. அன்று முதல் வரதராஜப் பெருமாள் கோயிலில் பூஜைகளும், வழிபாடுகளும் சிறக்கத் தொடங்கின.

●●●

10. வெளிப்பட்டார் வரதர்

1709 ஆம் ஆண்டு, ஒருநாள் எப்போதும் வற்றவே வற்றாத அனந்தசரஸ் குளம் வற்றியது. அத்தி வரதர் தன்னை வெளிப்படுத்திக் கொண்டார். ஒரு சொட்டு நீர்கூட இல்லாத வற்றிய கோயில் குளத்தில் பெருமாள் இருக்குமிடம் தெரிந்தது.

அங்கே மறைத்து வைக்கப்பட்டிருந்த பழைய மூலவரான அத்தி வரதர் வெளிப்பட்டார்.

குளத்திலிருந்து வெளியே எடுத்த அத்தி வரதருக்கு அபிஷேக ஆராதனைகள் செய்யப்பட்டன. ஆனாலும் கருவறையில் புதிய மூலவரைப் பிரதிட்டை செய்து விட்ட பிறகு, பழைய வரதரை அங்கு வைக்க முடியாதே!

வரதரின் முடிவும் அதுதான் போலும். மூலவர் சிலையைப் பிரதிட்டை செய்து விட்ட பிறகுதான் குளத்திலிருந்து வெளிப்பட்டிருக்கின்றார் என்றால் அவர் விருப்பப்பட்டுதான் குளத்தில் மறைந்து இருந்து எல்லாச் செயல்களையும் நடத்தி வைத்திருக்கின்றாரோ?

தமது பணியெல்லாம் முடிந்துவிட்ட நிலையில், தமது இடத்தில், தமது கருவறையில் புதிய மூலவரைப் பிரதிட்டை செய்துவிட்டு பழைய அத்தி வரதனாக வெளிப்பட்டிருக்கிறாரோ!

பகவானின் லீலையை யாரறிவார்.

சுமார் 40 வருடங்களாக நீருக்குள்ளேயே இருந்து இப்பொழுதுதான் வெளிப்பட்டிருக்கின்றார் என்றால், இனி இவரை 40 வருடத்துக்கு ஒருமுறையே குளத்திலிருந்து எடுத்து அவருக்குப் பூஜை செய்யப்படவேண்டும் என்பதை உணர்த்துகிறாரோ?

இந்தத் திருவிளையாடலை பெருமாள் விருப்பப்பட்டே செய்து இருக்கின்றார் போலும் என்று நினைத்த அதிகாரிகள் அவரின் எண்ணப்படியே 40 ஆண்டுகளுக்கு ஒருமுறை வரதரை குளத்திலிருந்து எடுத்து, ஒரு மண்டலம் பூஜை செய்து, மறுபடியும் திருக்குளத்திலேயே பள்ளிகொள்ள வைப்பது என்று தீர்மானிக்கின்றனர்.

இது கோயிலாரின் முடிவு மட்டுமல்ல. அத்திவரதரின் முடிவும் அதுதான்.

●●●

11. அத்தி வரதர் வைபவம்

காஞ்சிபுரம் வரதராஜப் பெருமாள் கோயிலில் நடக்கும் உற்சவங்களில் மிகப்பெரிய உற்சவமாகக் கருதப்படுவது அத்தி வரதர் வைபவமாகும்.

உலகிலேயே அத்தி வரதர் மட்டுமே 40 ஆண்டுகளுக்கு ஒருமுறை பக்தர்களுக்குக் காட்சி தருவார் என்பதால் இந்த வைபவம் உலகின் அபூர்வ நிகழ்ச்சியாகக் கருதப்படுகிறது.

அந்த 40 ஆண்டு வைபவம் இப்பொழுது 2019 இல் வந்துள்ளது.

அத்திவரதர் அவரைத் தரிசிப்பதற்கு நமக்குக் கொடுத்த மகத்தான வாய்ப்பு இது.

ஜூலை 1ஆம் தேதி முதல் 48 நாட்கள் நிகழும் அந்த வைபவத்தில்

அத்தி வரதரைத் தரிசிக்க நமக்கு ஒரு வாய்ப்பு கிடைத்திருக்கிறது.

இந்த வாய்ப்பு வரதர் நம்மீது காட்டிய கருணை.

அந்தக் கருணைக்கு நன்றி சொல்லி அவரது வைபவத்தைக் காணச் செல்லலாம் வாருங்கள்.

வைபவ வரலாறு

2000 ஆண்டுகள் பழமை வாய்ந்த வரதராஜப் பெருமாள் கோவில் குளத்தில் இருக்கும் அத்தி வரதர் 40 ஆண்டுகளுக்கு ஒருமுறை மட்டுமே பக்தர்களுக்குக் காட்சியளிப்பது வழக்கம். குளத்தில் எப்போதும் நீர் வற்றுவதில்லை என்பதால் மற்ற நேரங்களில் அத்தி வரதர் யார் கண்ணுக்கும் புலப்படாமல் நீரிலேயே சயனித்திருப்பார்.

அத்தி வரதர் திருமேனி மிகப்பெரிய அத்தி மரத்தால் வடிவமைக்கப்பட்டு, 10 அடி உயரம் 4 அடி அகலத்தில் செய்யப்பட்டு பிரம்மதேவனால் பிரதிட்டை செய்யப்பட்டதாகச் சொல்லப்படுகிறது. அத்தி வரதப் பெருமாளை வெள்ளித்தகடு பதித்த பெட்டியில், சயனக் கோலத்தில் வைத்து அனந்த புஷ்கரணி மண்டபத்தின் நடுவே நீரில் வைத்துப் பாதுகாக்கின்றனர்.

இப்பொழுது இந்த நூற்றாண்டில் நாற்பது ஆண்டுகளுக்குப் பிறகு 2019 ஜூலை ஒன்று முதல் பக்தர்களுக்குத் தரிசனம் தர வருகிறார். அந்தத் தரிசன வைபவத்தில் நாம் கலந்து கொள்ளும் முன் வரதரின் தரிசன வரலாற்றையும் கொஞ்சம் தெரிந்து கொள்வோம்.

இதற்கு முன் கடந்த 18.6.1854, 13.6.1892, 2. 7. 1937, 2.7. 1979 ஆகிய தேதிகளில் அத்தி வரதரை குளத்திலிருந்து எடுத்து பக்தர்களின் தரிசனத்திற்கு வைத்ததாகக் கூறப்படுகிறது.

ஆனால் 40 ஆண்டுகளுக்கு ஒருமுறைதான் வரதர் தரிசனம் என்ற நடைமுறை வழக்கிலிருந்தாலும், ஒவ்வொரு நாற்பதாண்டு இடைவெளியிலும் சரியாக இந்த வைபவம் நடைபெற்றதாகச் சொல்ல முடியாது.

1854 லிருந்து அத்தி வரதர் வைபவம் நடந்ததற்கான வரலாற்றுக் குறிப்புகளிருந்தாலும் இந்த வைபவங்கள் 1781 ஜூலை 30 லேயே நடந்ததற்கான கல்வெட்டு குறிப்பு ஒன்றும் காணப்படுகிறது

18 ஆம் நூற்றாண்டின் பிற்பகுதியைச் சேர்ந்த அந்தத் தெலுங்கு கல்வெட்டில்தான் அத்திவரதர் வைபவம் குறித்த முதல் தகவல் காணப்படுகிறது.

1781 ஜூலை 30 ஆம் நாள் வைக்கப்பட்ட இந்தத் தெலுங்கு கல்வெட்டில் பிலவ வருடத்தில் அனந்தசரஸ் குளத்தில் இருந்த நீர் முழுவதும் இறைக்கப்பட்டு அத்தி வரதர் வெளியில் கொண்டு வரப்பட்ட செய்தி காணப்படுகிறது. வசந்த மண்டபத்தில் இருக்கும் இதுதான் அத்திவரதரைப் பற்றிய தகவல் தரும் முதல் கல்வெட்டு என்கின்றனர்.

இதற்கு அடுத்த வைபவத்தைப் பற்றிய தகவல் தெரியவில்லை. அதன் பிறகு அடுத்தடுத்து நடந்த அத்தி வரதர் வைபவங்களுக்கான காலக் குறிப்புகள் பதிவேடுகளில் காணப்படுகிறது.

1854 ஆம் ஆண்டு ஜூன் மாதம் 18 ஆம் தேதி,

1892 ஆம் ஆண்டு ஜூன் மாதம் 13 ஆம் தேதி

1937 ஆம் ஆண்டு ஜூலை மாதம் 2 ஆம் தேதி

1979 ஆம் அண்டு ஜூலை மாதம் 2 ஆம் தேதி

2019 ஆம் ஆண்டு ஜூலை மாதம் 1 ஆம் தேதி

ஆகிய நாட்களில் அத்தி வரதர் வைபவம் ஆரம்பிக்கப் பட்டிருக்கிறது.

மேற்காணும் பட்டியல்படி 1854க்கு அடுத்து 1894, 1934, 1974, 2014 ஆண்டுகளில் நடக்க வேண்டிய அத்தி வரதர் வைபவம் 1854க்குப் பிறகு 1892, 1937, 1979, 2019 ஆண்டுகளில் நடந்திருக்கிறது. இக்காலக்கட்டங்களில் 40 ஆண்டு இடைவெளி என்பது சரியாகப் பின்பற்றப்படவில்லை. என்பதும் தெரிகிறது.

இந்த முறை 1979 க்குப் பிறகு சரியாக 40 ஆண்டுகள் கழித்து 2019 இல் வரதர் வைபவம் துவங்கியிருப்பதால் 40 ஆண்டுகள் என்ற கணக்கு முறை நடைமுறைக்கு வந்துள்ளதாகக் கூறப்படுகிறது.

1892 ஆம் ஆண்டுக்கான வரதர் வைபவ நிகழ்ச்சி பதிவுகள் கிடைக்கவில்லை. ஆனால் 1937, 1979 ஆகிய ஆண்டுகளில் அத்தி வரதர் வைபவம் நடந்ததற்கான நாளிதழ் செய்திகள் கிடைக்கின்றன. தினமணி நாளிதழில் 1937 ஆம் ஆண்டு அத்தி வரதர் வைபவம் நடந்தது தெரிவிக்கப்பட்டுள்ளது.

1937க்குப் பிறகு 1977 இல் நடந்திருக்க வேண்டிய அத்தி வரதர் வைபவம் அப்போது நடந்த ராஜகோபுர திருப்பணிகளால் இரண்டாண்டுகள் தள்ளிப் போனதாகக் கூறப்படுகிறது.

1979 ஆம் ஆண்டில் ஜுலை 2 முதல் ஆகஸ்ட் 20 வரை அத்தி வரதர் வைபவம் நடைபெற்றதாகவும், அக்காலங்களில் வரதர் வசந்த மண்டபத்தில் ஒரு மண்டல காலம் பக்தர்களுக்குத் தரிசனம் தந்த வரதரை அப்போதைய ஆளுநர் பிரபுதாஸ் பட்வாரி தரிசித்ததாகவும் காணப்படுகிறது.

ஆனால் நின்ற திருக்கோலம் என்பது 24 நாட்கள் என்பதற்குப் பதிலாக கடைசி பத்து நாட்களில் மட்டுமே வரதர் நின்ற கோலத்தில் காட்சியளித்ததாகவும் செய்தி காணப்படுகிறது. இந்த வைபவத்தில் திருப்பதி ஏழுமலையான் கோயிலில் இருந்து பட்டாடை முதலியன அனுப்பப்பட்டு அத்தி வரதருக்குச் சிறப்புகள் செய்யப்பட்டதாம்.

வரதர் வைபவம் 2019

இந்த ஆண்டு 2019 இல் அத்தி வரதரின் வைபவம் ஜுலை 1 முதல் ஆரம்பித்திருக்கிறது.

சராசரியாக 40 ஆண்டுகளுக்கு ஒருமுறை மட்டுமே அத்தி வரதர் நீரிலிருந்து வெளியே எடுத்து வரப்பட்டு காட்சியளிக்கிறார் என்பதால் ஒவ்வொருவரும் அவரது ஆயுட்காலத்திற்குள் ஒருமுறை அல்லது அதிகபட்சமாக இருமுறை மட்டுமே அத்தி வரதப்பெருமாளைத் தரிசிக்க முடியும். மூன்றாவது முறை தரிசித்து இருப்பவர்கள் அல்லது தரிசிக்க இருப்பவர்கள் பெரும் பாக்கியசாலிகள்

இதன்படி 40 ஆண்டுகளுக்கு பின்னர் இந்த 2019 ஆம் ஆண்டு ஜுலை 1 ஆம் தேதி முதல் ஆகஸ்ட் 17 ஆம் தேதி வரை 48 நாட்களுக்கு அத்திவரதர் பக்தர்களுக்குக் காட்சியளிக்கிறார்.

விழாக்கோலம் பூண்ட காஞ்சிபுரம்

காஞ்சிபுரம் வரதராஜ பெருமாள் கோவிலில் அத்திவரதரின் 40 ஆண்டுகளுக்குப் பிந்தைய வருகையால் அவரைத் தரிசிப்பதற்காக உலகிலுள்ள பக்த கோடிகள்

வரதராஜப் பெருமாள் கோயிலை நோக்கிப் படையெடுக்கத் துவங்கியுள்ளனர். 40 ஆண்டுகளுக்கு ஒருமுறை நடைபெறும் திருவிழா என்பதால் காஞ்சிபுரம் நகரமே விழாக்கோலம் பூண்டுள்ளது.

வந்தார் வரதர்

கடந்த 40 ஆண்டுகளாக அனந்தசரஸ் திருக்குளத்தில் துயில் கொண்டிருந்த ஆதி வரதர் கடந்த மார்ச் மாதம் 27 ஆம் தேதி இரவு 11.00 மணியளவில் வேதமந்திரங்கள் முழங்க வெளியே வந்தார்.

திருக்குளத்திலிருந்து வரதரை எடுக்கும் போது 40 வருடங்களுக்குமுன் அணிவிக்கப்பட்ட பட்டு வஸ்திரம் மக்காமல் அப்படியே புத்தம் புதியது போலவே இருந்ததாம். அவரை எடுக்கும்போது கோவில் குளத்தின் சேறு சந்தன நறுமணம் வீசியதாம். அந்தச் சேற்றை அர்ச்சகர்கள் உடம்பில் பூசிக்கொண்டனர் என்றும், அப்போது அவர்களுக்கு உடல் சிலிர்த்தது என்றும் கூறப்படுகிறது.

குளத்திலிருந்து எடுத்த வரதரை, 'அத்தி வரதா! கோவிந்தா!' என்ற கோஷங்களுடன் அங்கிருந்து பத்திரமாகத் தூக்கிக் கொண்டு வந்து வசந்த மண்டபத்தில் வைத்தனராம். பின்னர் பச்சை நிறத்தில் பாசிகள் படர்ந்திருந்த வரதரின் சிலை சுத்தம் செய்யப்பட்டது. பின்னர் அதிகாலை 2.00 மணியளவில் வரதருக்கு மண்டபத்தில் பட்டாச்சாரியர்கள் ஜல சம்ப்ரோக்ஷணம், புண்ணியாவதனம் எனப் பரிகார பூசைகளைச் செய்தனர்

தரிசனத்திற்கு முதல் நாளான 30. 06. 2019 அன்று வரதருக்கு சாம்பிராணி தைலத்தைக் காய்ச்சி சிலை முழுவதும் பூசி மெருகூட்டப்பட்டது. அதனால் அத்தி வரதர் பளபளப்பாகக் காட்சியளிக்கத் தொடங்கினார்.

வரதரின் சயனக்கோலம்

இந்த வரதர் ஜுலை 1 முதல் ஆகஸ்ட் 17 வரை 48 நாட்களுக்கு அதாவது ஒரு மண்டலம் பொதுமக்களுக்குத் தரிசனம் தர இருக்கிறார்.

முதலில் அவர் சயன திருகோலத்திலேயே பக்தர்களுக்குக் காட்சியளிக்க உள்ளார்.

அத்தி வரதரின் திருஉருவம் உண்மையில் நின்ற திருக்கோலம்தான் என்றாலும், பல ஆண்டுகள் நீரிலேயே மூழ்கியிருந்தவர் என்பதால் அனந்த சரஸ் குளத்தைவிட்டு வெளியில் எடுக்கப்பட்டவுடன் அவரை சயனகோலத்திலேயே பக்தர்களின் காட்சிக்கு வைக்கின்றனர்.

இப்போது அத்தி வரதர் சயனக் கோலத்தில் (படுத்த நிலையில்) அருள்பாலிக்கிறார். இந்த நிகழ்வு ஜூலை 1 ஆம் தேதி தொடங்கி 24 தேதி வரை நடைபெறும் என்று அறிவித்தாலும். ஜூலை 31 ஆம் தேதி வரை சயனத் திருக்கோலத் தரிசனம் நீட்டிக்கப்பட்டுள்ளது.

ஆரம்பமானது அத்தி வரதர் திருவிழா

ஜூலை முதல்நாள் அதிகாலை 5.00 மணிக்கு அத்தி வரதருக்குச் சிறப்பு ஆராதனைகள் நடைபெற்றதுடன், இட்லி, வெண்பொங்கல், சர்க்கரைப் பொங்கல், லட்டு, ஜாங்கிரி, போன்ற இனிப்புகள் நெய்வேத்தியமாகப் படைக்கப்பட்டது.

இதன் பிறகு காலை 6.00 மணியளவில் வசந்த மண்டபத்தில் அத்தி வரதரைத் தரிசிக்கப் பொதுமக்கள்

அனுமதிக்கப்பட்டனர். ஆரம்ப நிகழ்ச்சியாக தமிழக ஆளுநர் பன்வாரிலால் புரோகித் சிறப்பு வழிபாடு நடத்தினார்.

சயனத் திருக்கோல வைபவம்

01.07.2019 முதல் 30.7.2019

முதல்நாள் வைபவம்	அத்தி வரதர் பக்தர்களுக்கு இன்று காலை 5.00 மணியளவில் மஞ்சள்நிறப் பட்டாடையில் காட்சி அளித்தார். இவ்விழாவில் தமிழக ஆளுநர் பன்வாரிலால் புரோகித் கலந்து கொண்டு தரிசனம் செய்தார். இதனைத் தொடர்ந்து ஏராளமான பக்தர்கள் வரதரைத் தரிசனம் செய்தனர். இந்தத் தரிசனத்தின் ஒவ்வொரு நாளும் ஒவ்வொரு வண்ணத்தில் பட்டாடை அலங்காரத்தில் வரதர் காட்சி தருகிறார்.
இரண்டாம் நாள் வைபவம்	இரண்டாம் நாளான 02.07.2019 இன்று நீலநிற அரக்குப் பட்டாடையில் வரதர் காட்சியளித்தார்.
மூன்றாம் நாள் வைபவம்	மூன்றாம் நாளான 03.07.2019 இன்று வெளிர் பச்சைநிறப் பட்டாடையில் காட்சியளித்த வரதரை ஆயிரக்கணக்கான பக்தர்கள் தரிசித்துச் சென்றனர்.
நான்காம் நாள் வைபவம்	நான்காம் நாளான 04.07.2019 இன்றைய வைபவத்தில் வெண்பட்டு, இளஞ் சிவப்பு நிறப் பட்டாடைகளில் அத்திவரதர் காட்சியளித்தார்.
ஐந்தாம் நாள் வைபவம்	ஐந்தாம் நாளான இன்று 05.07.2019 காவி நிறப் பட்டாடையில் வரதர் காட்சி தந்தார்.
ஆறாம் நாள் வைபவம்	ஆறாம் நாளான இன்றைய வைபவத்தில் 06.07.2019 அத்திவரதர் ராமர் நிற நீல வண்ணப் பட்டாடை உடுத்தி, தாமரை மாலையுடன் பக்தர்களுக்கு அருள் பாலித்தார்.
ஏழாம் நாள் வைபவம்	ஏழாம் நாளான இன்று 07.07.2019 மஞ்சள் நிறப்பட்டாடையில் நீலநிற பட்டிகையுடனான அங்கவஸ்திரம் அணிந்து அருள்பாலித்தார்.

எட்டாம் நாள் வைபவம்	எட்டாம் நாளான இன்று 08.07.2019 பன்னீர்ரோஜா நிறப் பட்டாடை அணிந்து பக்தர்களுக்குக் காட்சியளித்தார்.
ஒன்பதாம் நாள் வைபவம்	ஒன்பதாம் நாளான இன்று 09.07.2019 அடர் மஞ்சள் நிறப்பட்டாடையில் பக்தர்களுக்குக் காட்சியளித்தார்.
பத்தாம் நாள் வைபவம்	10 ஆம் நாள் புதன்கிழமை 10.07.2019 இன்று இரண்டாவது முறையாக அத்திவரதருக்கு இளஞ்சிவப்பு நிறப் பட்டாடை (அதாவது பால் வண்ணமும், ரோஸ் வண்ணமும் கலந்த பட்டாடை) அணிவித்து, மலர்கள், துளசி ஆகியவற்றில் அலங்கரித்தனர்.
பதினோராம் நாள் வைபவம்	பதினோராம் நாளான இன்று 11.07.2019 அத்தி வரதர் காவி நிறப் பட்டாடையிலும், கதம்பம் பூ மலர்களால் செய்யப்பட்ட அலங்காரத்திலும் பக்தர்களுக்குக் காட்சியளித்தார்.
பன்னிரண்டாம் நாள் வைபவம்	வரதர் வைபவத்தின் 12 ஆம் நாளான இன்று 12.07.2019 அத்திவரதருக்குக் காவி நிறப் பட்டாடை அணிவித்து திருவாராதனம் செய்யப்பட்டு மலர்களால் அலங்கரித்து காட்சிப்படுத்தினர்.
பதிமூன்றாம் நாள் வைபவம்	13 ஆம் நாளான இன்று 13.07.2019 மயில் பச்சை நிறப்பட்டாடை உடுத்தி, மலர்மாலை அலங்காரத்தில் பெருமாள் பக்தர்களுக்கு அருள்பாலித்தார்.
பதினான்காம் நாள் வைபவம்	பதினான்காம் நாளான இன்று 14.07.2019 நீல நிற அங்கவஸ்திரம் கொண்ட தங்கநிறப் பட்டாடை அணிந்து காட்சியளித்தார். சனிக்கிழமை ஏகாதசி பெருமாளுக்கு மிகவும் உகந்த நாள் என்பதால் பக்தர்களின் கூட்டம் அதிகமாக இருந்தது.

பதினைந்தாம் நாள் வைபவம்	15 ஆம் நாளான இன்று 15.07.2019 அத்திவரதருக்கு நீலம் மற்றும் பச்சை நிறம் கலந்த பட்டாடை உடுத்தி அலங்காரம் செய்யப்பட்டது. பஞ்சவர்ண மாலை அணிந்து அருள்பாலித்தார்.
பதினாறாம் நாள் வைபவம்	16 ஆம் நாள் வைபவத்தில் 16.07.2019 அத்தி வரதருக்கு பச்சைநிறப் பார்டரில் பன்னீர்ரோஜா (இளஞ்சிவப்பு) நிறப் பட்டாடை உடுத்தி அலங்காரம் செய்யப்பட்டது. ஏலக்காய், தாமரைப்பூ மற்றும் செண்பகப்பூ மாலை அணிந்து வரதர் அருள்பாலித்தார்.
பதினேழாம் நாள் வைபவம்	17 ஆம் நாள் 17.07.2019 வைபவத்தில் அடர் மஞ்சள் நிறப்பட்டாடையில் வரதர் காட்சியளித்தார்.
பதினெட்டாம் நாள் வைபவம்	18 நாள் வைபவத்தில் 18.07. 2019 அன்று ஊதாநிறப் (கத்திரி பூ நிறம்) பட்டாடையிலும் செண்பகப் பூ அலங்காரத்திலும் பக்தர்களுக்குக் காட்சியளித்தார்.
பத்தொன்பதாம் நாள் வைபவம்	19 ஆம் நாளான இன்று 19.07.2019 அத்திவரதர் ராமர் நீல நிறப் பட்டாடை உடுத்தி பஞ்சவர்ண மாலைகளில் வெட்டிவேர் மாலை, எலக்காய் மாலை போன்றவைகளால் அலங்கரிக்கப்பட்டு காட்சியளித்தார். அவரது கையில் ஆண்டாளின் கிளியும் ஏந்தி காட்சியளித்தார்.
இருபதாம் நாள் வைபவம்	20 ஆம் நாள் வைபவமான இன்று 20.07.2019 இளம் சிவப்புநிற (காவிநிறம்) பட்டாடை அணிந்து காட்சி தரும் வரதரை நீண்ட வரிசையில் நின்று பக்தர்கள் தரிசனம் செய்தனர்.
இருபத்தொன்றாம் நாள்	21 ஆம் நாள் உற்சவமான இன்று 21.07.2019 ஊதாநிறப் பட்டாடையில் வரதர் காட்சியளித்தார்.
இருபத்திரண்டாம் நாள் வைபவம்	22 ஆம் நாள் இன்று 22.07.2019 பாசி பச்சை நிறப் பட்டாடையில் வரதர் பக்தர்களுக்குக் காட்சியளித்தார்.

இருபத்து மூன்றாம் நாள் வைபவம்	அத்தி வரதர் வைபவத்தின் 23 ஆம் நாளான இன்று 23.07.2019 இளம் பச்சைநிறப் பட்டாடையில் வரதர் பக்தர்களுக்குக் காட்சி தந்தார்.
இருபத்து நான்காம் நாள் வைபவம்	24 ஆம் நாள் வைபவமான இன்று 24.07.2019 மாம்பழ நிறப் பட்டாடையில் அத்தி வரதர் காட்சியளித்தார்.
இருபத்து ஐந்தாம் நாள் வைபவம்	25 ஆம் நாள் வைபவமான இன்று 25.07.2019 பச்சை நிறப்பார்டர் கொடுத்த எலுமிச்சை நிறப் பட்டாடையில் வரதர் காட்சியளித்தார்.
இருபத்து ஆறாம் நாள் வைபவம்	26 ஆம் நாளான இன்று 26.07.2019 அத்தி வரதருக்கு முத்து கிரீடம் அணிவிக்கப்பட்டு ரோஜா வண்ணப் பட்டாடை அலங்காரம் செய்யப்பட்டது. மேலும் வரதருக்கு அத்திப் பழம், பாதாம், ஏலக்காய், திராட்சை, வெட்டிவேர் மற்றும் பூக்களால் தொடுக்கப்பட்ட மாலைகள் அணிவிக்கப்பட்டு சிறப்பு அலங்காரமும் செய்யப்பட்டிருந்தது.
இருபத்து ஏழாம் நாள் வைபவம்	27 ஆம் நாள் வைபவமான இன்று 27.01.2019 சாம்பல் பச்சை வண்ணப் பட்டாடை அலங்காரத்தில் அத்தி வரதர் அருள்பாலித்தார்.
இருபத்தெட்டாம் நாள் வைபவம்	28 வது நாள் உற்வசமான இன்று 28.07.2019 வெளிர் நீலநிறப் பட்டாடை அலங்காரத்தில் அத்தி வரதர் அருள் பாலித்தார்.
இருபத்தொன்பதாம் நாள் வைபவம்	29 ஆம் நாளான இன்று 29.07.2019 ஆரஞ்சு நிறப் பட்டாடையிலும் அத்திப்பழம் வெண்தாமரை மற்றும் பன்னீர்ரோஜா பூ அலங்காரத்திலும் வரதர் பக்தர்களுக்குக் காட்சியளித்தார்.
முப்பதாம் நாள் வைபவம்	30 ஆம் நாளான இன்று 30.07.2019 ராமர் நீல நிறப் பட்டு அணிந்து பக்தர்களுக்கு வரதர் காட்சி தந்தார்

முப்பத்து ஒன்றாம் நாள் வைபவம்	31 ஆம் நாள் வைபவமான இன்று சயனகோலத்தின் கடைசி நாள். ஜூலை ஒன்று முதல் 30 ஆம் தேதி வரை சயனக் கோலத்தில் காட்சியளித்த அத்திவரதரின் சயனக் கோலம் இன்றுடன் 31.7. 2019 நிறைவு பெறுகிறது. பொது தரிசன வரிசையில் மதியம் 12 மணிவரை மட்டுமே அனுமதிக்கப்பட்டது. மாலை 5.00 மணியுடன் தரிசனம் முடித்து வைக்கப்பட்டது. வரதருக்கு மஞ்சள் நிறத்தில் ஒரு பக்கத்தில் மெரூன், மறு பக்கத்தில் பச்சைக் கலர் பார்டர்களுடன் கூடிய பட்டாடையில், மல்லிகையில் ஆங்காங்கே ரோஜா பூவால் அலங்கரிக்கப்பட்ட ஆளுயர மாலையும், கூடுதலாக செண்பகம், மல்லி, முல்லை, சம்பங்கி, மற்றும் சங்குப்பூக்கள் உள்ளிட்ட பல்வேறு மலர்களால் தொடுக்கப்பட்ட மாலைகளும் கூடுதலாக ஏலக்காய் மாலையும் அணிவிக்கப்பட்டு சிறப்பு அலங்காரத்தில் காட்சி கொடுத்தார்
நின்ற திருக்கோல வைபவம் 01.08.2019 முதல் 17.08.2019 வரை	நின்ற திருக்கோல வைபவம் தரிசனத்திற்கு வைக்கப்படும் 48 நாட்களில் 24 நாட்கள் சயன கோலத்திலும், 24 நாட்கள் நின்ற திருக்கோலத்திலும் வரதர் வைக்கப்பட இருக்கிறார் என்று சொல்லப்பட்டாலும், சிலையின் பாதுகாப்பு கருதி 25.7.2019 அன்று வைக்கப்பட வேண்டிய வரதரின் நின்ற திருக்கோல வைபவம் 1.8.2019 அன்று முதல் தொடங்கியது.

முப்பத்து இரண்டாம் நாள் பைவம்	இன்று 01.08.2019 அத்தி வரதர் வைபவத்தின் 32 வயது நாள், நின்ற திருக்கோலத்தின் முதல் நாள். வியாழக்கிழமை அதிகாலை 5.30 மணிக்கு நடை திறக்கப்பட்டு அத்திவரதப் பெருமாள் நின்ற திருக்கோலத்தில் பக்தர்களுக்கு அருள்பாலித்தார். 32வது நாள் அலங்காரமாக பெருமாள் ஊதா நிறப் பட்டாடையிலும் அதே நிறத்திலான அங்கவஸ்திரத்திலும், செண்பகம் மற்றும் மல்லிகை மலர்களுடன் மலர்க்கிரீடமும் அணிந்து பக்தர்களுக்கு நின்ற திருக்கோலத்தில் காட்சியளித்தார். நின்ற திருக்கோலத்தின் முதல் நாளாக இருந்ததால் வசந்த மண்டபம் முழுவதும் வண்ண, வண்ண மலர்களால் கண்களைக் கவரும் வகையில் அலங்கரிக்கப்பட்டிருந்தது. முக்கியப் பிரமுகர்கள் வரிசையில் சுவாமி தரிசனம் செய்யவரும் அனைத்து பக்தர்களுக்கும் கோயில் பட்டாச்சாரியர்கள் நன்கொடையாளர்களால் தயாரித்துக் கொடுக்கப்பட்ட அத்தி வரதரின் திருவுருவப்படங்களையும், பிரசாதத்தையும் வழங்கினர்.
முப்பத்து மூன்றாம் நாள் வைபவம்	அத்திவரதர் உற்சவத்தின் 33வது நாள் இன்று 02.08.2019. நின்ற திருக்கோலத்தின் இரண்டாவது நாளான இன்று, இளம் பச்சை நிறப் பட்டாடையில் மல்லிகையில், சம்பங்கி, செண்பகப்பூ மலர் அலங்காரத்தில் தரிசனம் அளித்தார்.
முப்பத்து நான்காம் நாள் வைபவம்	நின்ற திருக்கோலத்தின் மூன்றாவது நாளான இன்று 03.08.2019 இளம் சிவப்பு நிறப் பட்டாடையில் செண்பகப்பூ அலங்காரத்தில் நின்ற திருக்கோலத்தில் காட்சியளித்தார்.

முப்பத்து ஐந்தாம் நாள் வைபவம்	நின்ற திருக்கோலத்தின் நான்காவது நாளான இன்று 04.08.2019 வெந்தய நிறப் பட்டாடையில் சிவப்பும், நீலமும் கலந்த அங்கவஸ்திரம் அணிந்து அருள் பாலித்து வருகிறார். பெருமாளின் உடல் முழுவதும் மல்லிகை, முல்லை செண்பகப் பூக்களால் அலங்காரம் செய்யப்பட்டு வரதர் அருள்பாலித்தார்.
முப்பத்து ஆறாம் நாள் வைபவம்	நின்ற திருக்கோலத்தின் ஐந்தாவது நாளான இன்று 05.08.2019 அடர் ரோஸ் நிறபட்டு வஸ்திரமும் மல்லிகை, முல்லை, செண்பகம், மலர் மாலைகளால் அலங்காரம் செய்யப்பட்டு அத்தி வரதர் அருள்புரிந்தார்.
முப்பத்து ஏழாம் நாள் வைபவம்	நின்ற திருக்கோலத்தின் ஆறாம் நாளான இன்று 06.08.2019 நீலம் மற்றும் வெண்ணிறப் பட்டாடை அலங்காரத்தில் செண்பகம், முல்லை, மல்லிகை, ஏலக்காய் மலர் மாலை அலங்காரத்தில் காட்சி தந்தார்.
முப்பத்து எட்டாம் நாள் வைபவம்	நின்ற திருக்கோலத்தின் ஏழாம் நாளான இன்று 07.08.2019 மஞ்சள் மற்றும் மெஜந்தா நிறப் பட்டாடை அணிந்து மல்லி, மஞ் சள் கனகாம்பரம், மலர்களால் சிறப்பு அலங்காரத்தில் அத்தி வரதர் தரிசனம்.
முப்பத்து ஒன்பதாம் நாள் வைபம்	நின்ற திருக்கோலத்தின் எட்டாம் நாளான இன்று 08.08.2019 மஞ்சள்நிறப் பட்டாடையில் தாமரை, செண்பகம், மல்லிகை மலர்களால் அலங்காரம். இந்த அலங்காரத்தில் வரதரின் இரு கரங்களிலும் இரு பச்சைகிளிகள்.
நாற்பதாம் நாள் வைபவம்	நின்ற திருக்கோலத்தின் ஒன்பதாம் நாளான இன்று 09.08.2019 இளம் ரோஜா நிறப் பட்டாடையில் முல்லை, மல்லிகை, கனகாம்பரம் மலர்களால் அலங்காரம்.
நாற்பத்தொன்றாம் நாள் வைபவம்	நின்ற திருக்கோலத்தின் பத்தாம் நாளான இன்று 10.8.2019 வெள்ளை, ரோஜா நிறப்பட்டாடையில் செண்பகம், கனகாம்பரம், துளசி, முல்லை மலர்களால் வரதர் அலங்காரம்.

நாற்பத்து இரண்டாம் நாள் வைபவம்	நின்ற திருக்கோலத்தின் பதினொன்றாம் நாள் 11.8.2019 வெந்தய நிறப் பட்டாடையில் ராஜகிரீட அலங்காரத்தில் ராஜா போல வரதர் காட்சி தந்தார்.
நாற்பத்து மூன்றாம் நாள் வைபவம்	நின்ற திருக்கோலத்தின் பன்னிரண்டாம் நாள் 12.8.2019 திருப்பதி பாலாஜியைப் போன்ற பிரமாண்ட அலங்காரம்.
நாற்பத்து ஐந்தாம் நாள் வைபவம்	நின்ற திருக்கோலத்தின் பதினான்காம் நாள் 14.8.2019 உலர் பழங்களால் செய்யப்பட்ட கிரீடம் அணிந்து, இளஞ்சிவப்பு, நீல நிறப்பட்டு உடுத்தி உடல் முழுவதும் மலர்களால் குறிப்பாக மார்பில் தாமரை அலங்காரம் செய்யப்பட்டு சிறப்புத் தரிசனம்.
நாற்பத்து ஆறாம் நாள் வைபவம்	நின்ற திருக்கோலத்தின் பதினைந்தாம் நாள் 15.8.2019 வெண்ணிறப் பட்டுடுத்தி மலராடை அலங்காரம். ஏலக்காய், துளசி, ரோஜா, தாமரை மாலைகள் அலங்காரம்.
நாற்பத்து ஏழாம் நாள் வைபவம்	நின்ற திருக்கோலத்தின் பதினாறாம் நாள் 16.08.2019 ரோஜா மற்றும் மஞ் சள் நிறப்பட்டாடை அலங்காரம். இன்று தரிசனத்தின் நிறைவு நாள். தரிசனம் நிறைவு பெற்றதையொட்டி கிழக்குக் கோபுர வாயில் மூடப்பட்டது.
நாற்பத்து எட்டாம் நாள் வைபம்	தரிசனத்தின் நிறைவு நாள். பொதுமக்கள் தரிசனம் கிடையாது. அத்தி வரதருக்கு காவி மற்றும் ரோஜா நிறப் பட்டாடை அணிவித்து ஆகம விதிப்படி விசேஷ பூஜையும், பரிகார பூஜையும் செய்து தரிசனத்தை நிறைவு செய்தனர்.

நிறைவு பெற்ற அத்தி வரதர் வைபவம்

அத்தி வரதர் வைபவம் 17.08.2019இல் நிறைவு பெறுகிறது. இதுவரை ஒரு கோடிக்கும் மேலான பக்தர்கள் அத்தி வரதரைத் தரிசனம் செய்துள்ளதாகக் கூறப்படுகிறது.

இன்று 17.03.2019 அதிகாலையில் அத்தி வரதருக்குக் காவி மற்றும் ரோஜா நிற பட்டாடை அணிவித்து ஆகம விதிப்படி விசேஷ பூஜைகள் செய்யப்பட்டு நடை சாத்தப்பட்டது.

பின்னர் அடுத்த 40 ஆண்டுகளுக்கு சிலைக்கு எந்தப் பாதிப்பும் ஏற்படாத வகையில் அத்திவரதருக்கு 60 கிலோ மூலிகை தைலம் பூசப்பட்டது. மூன்று மணி நேரத்திற்கு ஒரு முறை பூசப்பட்ட இந்த மூலிகைத் தைலத்தில் சாம்பிராணி, குங்குமப்பூ, வெட்டி வேர், நொச்சிவேர், ஏலம், சாதிக்காய், லவங்கம் முதலானவைகளுடன் சந்தனாதித் தைலமும் கலந்துள்ளதாகக் கூறப்படுகிறது.

மாலை 4.00 மணியளவில் நடை திறக்கப்பட்டது. பச்சைப் பட்டாடை அலங்காரத்தில் அத்தி வரதர் காட்சியளித்தார். அதைத் தொடர்ந்து அத்திவரதர் வைபவத்தில் பணிபுரிந்த காவல் துறை அதிகாரிகள், இந்து அறநிலையத் துறை அதிகாரிகள், ஊழியர்கள், வருவாய்த்துறை அதிகாரிகள், ஊழியர்கள், சுகாதாரத் துறை அதிகாரிகள், ஊழியர்கள், கோயில் அதிகாரிகள், ஊழியர்கள், ஊடக நண்பர்கள், பத்திரிகையாளர் உட்பட முக்கியஸ்தர்கள் அனைவரும் சிறப்புத் தரிசனம் செய்தனர்.

தொடர்ந்து வரதருக்கு இட்லி, பொங்கல், தோசை படைக்கப்பட்டு சிறப்பு யாகம் ஒன்றும் செய்யப்பட்டது. யாகத்தின் முடிவில் வெட்டிவேர், பச்சைக் கற்பூரத்தில் மகா தீபாராதனை செய்யப்பட்டது.

பின்னர் 5.00 மணியளவில் அத்தி வரதருக்கு புளியோதரை, கல்கண்டு சாதம், ஓட்ட வடை, மெதுவடை, வெண்பொங்கல் முதலான 48 வகையான நைவேத்தியங்களை பட்டாச்சாரியர்கள் படைத்து கற்பூர தீபாராதனை காட்டினார்கள். பிறகு உற்சவரான வரதராஜப் பெருமாள் தம் இரு தேவியர்களுடன் விசேஷ அலங்காரத்தில் அத்திவரதரைக் காண அவர் இருக்குமிடமான வசந்த மண்டபத்திற்கு வந்தார்.

வரதராஜப் பெருமாளுக்கு கற்பூர தீபாராதனை காட்டப்பட்டது. அத்தி வரதருக்குச் சிறப்பு தீபாராதனை செய்யப்பட்டு வரதராஜ பெருமாள் விடை கொடுத்தார்.

விடைபெற்றார் அத்தி வரதர்

பின்னர் வசந்த மண்டபக் கதவு மூடப்பட்டது.

இரவு 11.00 மணியளவில் அத்தி வரதருக்கு 16 முழம் வெண்பட்டு உடுத்தி வெள்ளியில் பூணூல் அணிவித்து, வசந்த மண்டபத்திலிருந்து அனந்தசரஸ் குளத்தில் உள்ள நீராழி மண்டபத்தின் பள்ளியறைக்குக் கொண்டு சென்றனர்.

24 படிக்கட்டுகள் உள்ள அந்தப் பள்ளியறை முன்பே சுத்தம் செய்யப்பட்டு கற்கள் பாவப்பட்டு தயார் நிலையில் இருந்ததால், வரதர் அங்கு இருந்த ஆதிசேடன் தலை இருக்கும் பகுதியில் தலை இருக்கும்படி பள்ளிக் கொள்ள வைத்தனர். பள்ளியறையில் மேற்குப் பக்கம் தலை வைத்தபடி கிழக்கு திசையில் கால் உள்ள அமைப்பில் அத்தி வரதர் நள்ளிரவு 12.10 மணியளவில் பள்ளி கொண்டதாகத் தெரிவிக்கப்படுகிறது. பின்னர் ஆரத்தி காட்டி, புனித நீரை அத்தி வரதர் மீது ஊற்றி, வரதருக்கு விடை கொடுத்தனராம். இந்தப் பள்ளி கொள்ள வைக்கும் நிகழ்ச்சியில் வெளியார் யாரும் அனுமதிக்கப்படவில்லை. கோவில் பட்டர்களும் அதிகாரிகளும் மட்டுமே அங்கு இருந்தனர்.

இனி அத்தி வரதரின் தரிசனம் 2059 இல் தான்.

போய் வாருங்கள் அத்திவரதரே!

2059இல் மீண்டும் சந்திப்போம்.

12. மங்களாசாசனங்கள்

வரதருக்கு ஆழ்வார்களும் ஆச்சார்யர்களும் பாமாலைகளையும் தோத்திரங்களையும் பாடி மகிழ்வித்திருக்கின்றனர்.

ஆழ்வார்களில் திருமங்கை ஆழ்வார் 4 பாசுரங்களையும் பூதத்தாழ்வார் 2 பாசுரங்களையும் பேயாழ்வார் ஒரு பாசுரத்தையும் பாடி வரதரை மங்களாசாசனம் செய்திருக்கிறார்கள்.

வரதராஜர் மீது திருக்கச்சி நம்பிகள் தேவராஜ அஷ்டகம் என்ற தோத்திரத்தையும், கூரத்தாழ்வார் வரதராஜ ஸ்தவம் என்ற தோத்திரத்தையும், ஸ்ரீவேதாந்த தேசிகர் இயற்றிய அடைக்கலப் பத்து என்ற பாசுரங்களை வெள்ளிப் பதக்கங்களில் பொறித்து ஸ்ரீ வரதருக்கு மாலையாக அணிவித்துள்ளனர். இதுதவிர வரதராஜ பஞ்சஸத், அருத்த பஞ்சகம், மெய் விரத மான்யம், திருச் சின்ன மாலை ஸ்ரீஸ்துதி ஆகிய தோத்திரங்களையும், வரதராஜ ந்யாஸ சதகம் ஆகிய நூல்களையும் வரதர் மீது இயற்றியுள்ளார். மணவாள மாமுனிகள் தேவராஜ மங்களம் என்ற தோத்திரத்தை மூலவரான வரதர் மீது இயற்றியிருக்கிறார்.

ஸ்ரீ தியாகராஜர் இந்த வரதராஜர் மீது வரதா நவ நீ தாசா..... வரதராஜ நிந்து கோரி....... என்றொரு கீர்த்தனை பாடியுள்ளார்.

முத்துசாமி தீட்சிதரும் கூட இந்தப் பெருமாளின் மீது கீர்த்தனைகள் பாடியிருக்கிறார்

இரண்டாம் ஆயிரம்

பெரிய திருமொழி

கல்ஆர் மதில்சூழ் கச்சி நகருள் நச்சி பாடகத்துள்
எல்லா உலகும் வணங்க இருந்த அம்மன் இலங்கைக்கோன்
வல் ஆள் ஆகம் வில்லால் முனிந்த எந்தை வபீடணற்கு
நல்லானுடைய நாமம் சொல்லில் நமோ நாராயணமே 4

திருக்குறுந்தாண்டகம்

பிண்டி ஆர் மண்டை ஏந்தி
பிறர் மனை திரிதந்து உண்ணும்
முண்டியான் சாபம் தீர்த்த
ஒருவன் ஊர் உலகம் ஏத்தும்
கண்டியூர் அரங்கம் மெய்யம்
கச்சி பேர் மல்லை என்று
மண்டினார் உய்யல் அல்லால்
மற்றையார்க்கு உய்யல் ஆமே ? 19

திரு நெடுந்தாண்டகம்

வங்கத்தால் மா மணி வந்து உந்து முந்நீர்
மல்லையாய் மதில் கச்சியூராய் பேராய்
கொங்குத் தார் வளங் கொன்றை அலங்கல் மார்வன்
குலவரையன் மடப் பாவை இடப்பால் கொண்டான்
பங்கத்தாய் பாற்கடலாய் பாரின் மேலாய்
பனி வரையின் உச்சியாய் பவள வண்ணா
எங்கு உற்றாய்? எம் பெருமான் உன்னை நாடி
ஏழையேன் இங்ஙனமே உழிதர்கேனே 9

கல் உயர்ந்த நெடு மதில் சூழ் கச்சி மேய
களிறு என்றும் கடல் கிடந்த கனியே என்றும்
அல்லியம் பூ மலர்ப் பொய்கைப் பழன வேலி
அணி அழுந்தூர நின்று உகந்த அம்மான் என்றும்
சொல் உயர்ந்த நெடு வீணை முலை மேல் தாங்கி
தூ முறுவல் நகை இறையே தோன்ற நக்கு
மெல் விரல்கள் சிவப்பு எய்தத் தடவி ஆங்கே
மென் கிளிபோல் மிக மிழற்றும் என் போதையே 15

திருமங்கை ஆழ்வார்

மூன்றாம் ஆயிரம்
இரண்டாம் திருவந்தாதி

என் நெஞ்சம் மேயான் என் சென்னியான் தானவனை
வல் நெஞ்சம் கீண்ட மணி வண்ணன் முன்னம் சேய்
ஊழியான் ஊழி பெயர்த்தான் உலக ஏத்தும்
ஆழியான் அத்தியூரான்

95

ஆத்தியூரான் புள்ளை ஊர்வான் அணி மணியின்
துத்தி சேர் நாகத்தின்மேல் துயில்வான் முத்தீ
முறை ஆவான் மா கடல் நஞ்சு உண்டான் தனக்கும்
இறை ஆவான் எங்கள் பிரான் 96

பூதத்தாழ்வார்

மூன்றாம் ஆயிரம்
மூன்றாம் திருவந்தாதி

சிறந்த என் சிந்தையும் செங்கண் அரவும்
நிறைந்த சீர்நீள் கச்சியுள்ளும் உறைந்ததுவும்
வேங்கடமும் வெஃகாவும் வேளுக்கைப் பாடியுமே
தாம் கடவார் தண் துழாயார் 26

பேயாழ்வார்

தாயார் சன்னதியில் தங்கமழையைப் பெய்விக்க வேதாந்த தேசிகர் பாடிய ஸ்ரீஸ்துதி

அத்தி வரதர் ஸ்ரீஸ்துதி

॥ ஸ்ரீஸ்துதி: ॥

மானாதீத ப்ரதி2த விப4வாம் மங்க3லம் மங்க3லாநாம்
வக்ஷ: பீடீ2ம் மது4 விஜயினோ பூ4ஷயந்தீம் ஸ்வகாந்த்யா ।
ப்ரத்யக்ஷானுஶ்ரவிக மஹிம ப்ரார்தி2னீநாம் ப்ரஜாநாம்
ஶ்ரேயோ மூர்தி ஶ்ரியமஶரணஸ்த்வாம் ஶரண்யாம் ப்ரபத்3யே ॥ 1 ॥

ஆவிர்பா4வ: கலஶ ஜலதா4வத்4வரே வாபி யஸ்யா:
ஸ்தா2னம் யஸ்யா: ஸரஸிஜ வனம் விஷ்ணு வக்ஷ: ஸ்த2லம் வா ।
பூ4மா யஸ்யா பு4வனமகி2லம் தே3வி தி3வ்யம் பத3ம் வா
ஸ்தோக ப்ரஜ்ஞைரனவதி4 கு3ணா ஸ்தூயஸே ஸா கத2ம் த்வம் ॥ 2 ॥

ஸ்தோதவ்யத்வம் தி3ஶதி ப4வதீ தே3ஹிபி:4 ஸ்தூயமானா
தாமேவ த்வாமனிதர க3தி: ஸ்தோதுமாஶம்ஸமான: ।
ஸித்3தா4ரம்ப:4 ஸகல பு4வன ஶ்லாக4னீயோ ப4வேயம்
ஸேவாபேக்ஷா தவ சரணயோ: ஶ்ரேயஸே கஸ்ய ந ஸ்யாத் ॥ 3 ॥

யத்ஸங்கல்பாத்3ப4வதி கமலே யத்ர தே3ஹின்யமீஷாம்
ஜன்ம ஸ்தே2ம ப்ரலய ரசனா ஜங்க3மாஜங்க3மாநாம் ।
தத் கல்யாணம் கிமபி யமிநாமேகலக்ஷ்யம் ஸமாதௌ4
பூர்ணம் தேஜ: ஸ்பு2ரதி ப4வதீ பாத3 லாக்ஷா ரஸாங்கம் ॥ 4 ॥

நிஷ்ப்ரத்யூஹ ப்ரணய க4டிதம் தே3வி நித்யானபாயம்
விஷ்ணுஸ்த்வம் சேத்யனவதி4கு3ணம் த்3வந்த்3வமன்யோன்ய லக்ஷ்யம் ।
ஶேஷஶ்சித்தம் விமல மனஸாம் மௌலயஶ்ச ஶ்ருதீநாம்
ஸம்பத்3யந்தே விஹரண விதௌ4 யஸ்ய ஶய்யா விஶேஷா: ॥ 5 ॥

உத்3தே3ஶ்யத்வம் ஜனனி ப4ஜதோருஜ்ஜிதோபாதி4 க3ந்த4ம்
ப்ரத்யக்3ரூபே ஹவிஷி யுவயோரேக ஶேஷித்வ யோகா3த் ।
பத்3மே பத்யுஸ்தவ ச நிக3மைர்னித்யமன்விஷ்யமாணோ
நாவச்சே2த3ம் ப4ஜதி மஹிமா நர்தயன் மானஸம் ந: ॥ 6 ॥

பஶ்யந்தீஷு ஶ்ருதிஷு பரித: ஸூரி ப்3ரு'ந்தே3ன ஸார்த4ம்
மத்4யே க்ரு'த்ய த்ரிகு3ண ப2லகம் நிர்மித ஸ்தா2ன பே4த3ம் ।
விஶ்வாதீ4ஶ ப்ரணயினி ஸதா3 விப்4ரம த்3யூத வ்ரு'த்தௌ
ப்3ரஹ்மேஶாத்3யா த3த4தி யுவயோரக்ஷ ஶார ப்ரசாரம் ॥ 7 ॥

அஸ்யேஶானா த்வமஸி ஜக3த: ஸம்ஶ்ரயந்தீ முகுந்த3ம்
லக்ஷ்மீ: பத்3மா ஜலதி4 தனயா விஷ்ணு பத்னீந்தி3ரேதி ।
யன்நாமானி ஶ்ருதி பரிபணான்யேவமாவர்தயந்தோ
நாவர்தந்தே து3ரித பவன ப்ரேரிதே ஜன்ம சக்ரே ॥ 8 ॥

த்வாமேவாஹு: கதிசித3பரே த்வத்ப்ரியம் லோகனாத2ம்
கிம் தைரந்த: கலஹ மலினை: கிஞ்சிது3த்தீர்ய மக்3னை: ।
த்வத்ஸம்ப்ரீத்யை விஹரதி ஹரௌ ஸம்முகீ2நாம் ஶ்ருதீநாம்
பா4வாரூடௌ4 ப4க3வதி யுவாம் த3ம்பதீ தை3வதம் ந: ॥ 9 ॥

ஆபன்னார்தி ப்ரஶமன விதௌ4 ப3த்3த4 தீ3க்ஷஸ்ய விஷ்ணோ:
ஆசக்2யுஸ்த்வாம் ப்ரிய ஸஹசரிமைகமத்யோபபன்நாம் ।
ப்ராது3ர்பா4வைரபி ஸம தனு: ப்ராத்4வமன்வியஸே த்வம்
தூ3ரோத்க்ஷிப்தைரிவ மது4ரதா து3க்3த4ராஶேஸ்தரங்கை:3 ॥ 10 ॥

த4த்தே ஶோபா4ம் ஹரி மரகதே தாவகீ மூர்திராத்3யா
தன்வீ துங்க3 ஸ்தனப4ர நதா தப்த ஜாம்பூ3னதா3பா4 ।
யஸ்யாம் க3ச்ச2ந்த்யுத3ய விலயைர்னித்யமானந்த3 ஸிந்தௌ4
இச்சா2 வேகோ3ல்லஸித லஹரீ விப்4ரமம் வ்யக்தயஸ்தே ॥ 11 ॥

ஆஸம்ஸாரம் விததமகி2லம் வாங்மயம் யத்3விபூ4தி:
யத்3 ப்4ரூ ப4ங்கா3த் குஸும த4னுஷ: கிங்கரோ மேரு த4ன்வா ।
யஸ்யாம் நித்யம் நயன ஶதகைரேக லக்ஷ்யோ மஹேந்த்3ர:
பத்3மே தாஸாம் பரிணதிரஸௌ பா4வ லேஶைஸ்த்வதீ3யை: ॥ 12 ॥

அக்3ரே ப4ர்து: ஸரஸிஜ மயே ப4த்3ர பீடே2 நிஷண்ணாம்
அம்போ4 ராஶேரதி4க3த ஸுதா4 ஸம்ப்லவாது3த்தி2தாம் த்வாம் ।
புஷ்பாஸார ஸ்த2கி3த பு4வனை: புஷ்கலாவர்தகாத்3யை:
க்லு'ப்தாரம்பா:4 கனக கலஶைரப்4யஷிஞ்சன் க3ஜேந்த்3ரா: ॥ 13 ॥

ஆலோக்ய த்வாமம்ரு'த ஸஹஜே விஷ்ணு வக்ஷ:ஸ்த2லஸ்தா2ம்
ஶாபாக்ராந்தா: ஶரணமக3மன் ஸாவரோதா:4 ஸுரேந்த்3ரா: ।
லப்3த்4வா பூ4யஸ்த்ரிபு4வனமித3ம் லக்ஷிதம் த்வத்கடாக்ஷை:
ஸர்வாகார ஸ்தி2ர ஸமுத3யாம் ஸம்பத3ம் நிர்விஶந்தி ॥ 14 ॥

ஆர்த த்ராண வ்ரதிபி4ரம்ரு'தாஸார நீலாம்பு3வாஹை:
அம்போ4ஜாநாமுஷஸி மிஷதாமந்தரங்கை3ரபாங்கை:3 ।
யஸ்யாம் யஸ்யாம் தி3ஶி விஹரதே தே3வி த்3ரு'ஷ்டிஸ்த்வதீ3யா
தஸ்யாம் தஸ்யாமஹமஹமிகாம் தன்வதே ஸம்பதோ3கா:4 ॥ 15 ॥

யோகா3ரம்ப4 த்வரித மனஸோ யுஷ்மதை3காந்த்ய யுக்தம்
த4ர்மம் ப்ராப்தும் ப்ரத2மமிஹ யே தா4ரயந்தே த4னாயாம் ।
தேஷாம் பூ4மேர்த4னபதிக்3ரு'ஹாத3ம்ப3ராத3ம்பு3தே4ர்வா
தா4ரா நிர்யாந்த்யதி4கமதி4கம் வாஞ்சி2தாநாம் வஸூநாம் ॥ 16 ॥

**ஶ்ரேயஸ்காமா: கமலனிலயே சித்ரமாம்னாய வாசாம்
சூடா³பீட³ம் தவ பத³ யுக³ம் சேதஸா தா⁴ரயந்த: ।
ச²த்ர ச்சா²யா ஸுப⁴க³ ஶிரஸஶ்சாமர ஸ்மேர பார்ஶ்வா:
ஶ்லாகா⁴ஶப்³த³ ஶ்ரவண முதி³தா: ஸ்ரக்³விண: ஸஞ்சரந்தி** ॥ 17 ॥

ஊரீ கர்தும் குஶலமகி²லம் ஜேதுமாதீ³னராதீன்
தூ³ரீ கர்தும் து³ரித நிவஹம் த்யக்துமாத்³யாமவித்³யாம் ।
அம்ப³ ஸ்தம்பா³வதி⁴க ஜனன க்³ராம ஸீமாந்த ரேகா²ம்
ஆலம்ப³ந்தே விமல மனஸோ விஷ்ணு காந்தே த³யாம் தே ॥ 18 ॥

ஜாதாகாங்க்ஷா ஜனனி யுவயோரேக ஸேவாதி⁴காரே
மாயாலீட⁴ம் விப⁴வமகி²லம் மன்யமானாஸ்த்ரு'ணாய ।
ப்ரீத்யை விஷ்ணோஸ்தவ ச க்ரு'தின: ப்ரீதிமந்தோ ப⁴ஜந்தே
வேலாப⁴ங்க:³ ப்ரஶமன ப²லம் வைதி³கம் த⁴ர்மஸேதும் ॥ 19 ॥

ஸேவே தே³வி த்ரித³ஶ மஹிலா மௌலி மாலார்சிதம் தே
ஸித்³தி⁴ க்ஷேத்ரம் ஶமித விபதா³ம் ஸம்பதா³ம் பாத³ பத்³மம் ।
யஸ்மின்னீஷன்னமித ஶிரஸோ யாபயித்வா ஶரீரம்
வர்திஷ்யந்தே விதமஸி பதே³ வாஸுதே³வஸ்ய த⁴ன்யா: ॥ 20 ॥

ஸானுப்ராஸ ப்ரகடித த³யை: ஸாந்த்³ர வாத்ஸல்ய தி³க்³தை:⁴
அம்ப³ ஸ்னிக்³தை⁴ரம்ரு'த லஹரீ லப்³த⁴ ஸப்³ரஹ்மசர்யை: ।
த⁴ர்மே தாப த்ர ய விரசிதே கா³ட⁴ தப்தம் க்ஷணம் மாம்
ஆகிஞ்சன்ய க்³லபிதமனகை⁴ரார்த்³ரயேதா:² கடாக்ஷை: ॥ 21 ॥

ஸம்பத்³யந்தே ப⁴வ ப⁴ய தமீ பா⁴னவஸ்த்வத்ப்ரஸாதா³த்
பா⁴வா: ஸர்வே ப⁴க³வதி ஹரௌ ப⁴க்திமுத்³வேலயந்த: ।
யாசே கிம் த்வாமஹமிஹ யத: ஶீதலோதா³ர ஶீலா
பூ⁴யோ பூ⁴யோ தி³ஶஸி மஹதாம் மங்க³லாநாம் ப்ரப³ந்தா⁴ன் ॥ 22 ॥

மாதா தே³வி த்வமஸி ப⁴க³வான் வாஸுதே³வ: பிதா மே
ஜாத: ஸோऽஹம் ஜனனி யுவயோரேகலக்ஷ்யம் த³யாயா: ।
த³த்தோ யுஷ்மத்பரிஜனதயா தே³ஶிகைரப்யதஸ்த்வம்
கிம் தே பூ⁴ய: ப்ரியமிதி கில ஸ்மேர வக்த்ரா விபா⁴ஸி ॥ 23 ॥

கல்யாணாநாமவிகல நிதி:⁴ காऽபி காருண்ய ஸீமா
நித்யாமோதா³ நிக³ம வசஸாம் மௌலி மந்தா³ர மாலா ।
ஸம்பத்³தி³வ்யா மது⁴ விஜயின: ஸன்னித⁴த்தாம் ஸதா³ மே
ஸைஷா தே³வீ ஸகல பு⁴வன ப்ரார்த²னா காமதே⁴னு: ॥ 24 ॥

உபசித கு3ரு ப4க்தேருத்தி2தம் வேங்கடேஶாத்
கலி கலுஷ நிவ்ரு'த்த்யை கல்பமானம் ப்ரஜாநாம் ।
ஸரஸிஜ நிலயாயா: ஸ்தோத்ரமேதத் பட2ந்த:
ஸகல குஶல ஸீமா: ஸார்வபௌ4மா ப4வந்தி ॥ 25 ॥

அத்தி வரதரை வாழ்வில் ஒரு முறை தரிசித்தால் மோட்சம்

இரண்டாவது முறை தரிசித்தால் வைகுண்டம்

மூன்றாம் முறை தரிசித்தால் விண்ணுலகில் தேவராகலாம்

இந்த பிறவியில் குற்றமில்லாமல் வாழ வேண்டும் என்று நினைப்பவர்களும்

மறுமையில் பிறவியே வேண்டாம் என்று நினைப்பவர்களும்

வாழ்க்கையில் ஒரு முறையாவது அத்தி வரதரை அவசியம் தரிசிக்க வேண்டும்